NGUỒN CHÂN
LẼ THẬT

NGUỒN CHÂN LẼ THẬT
NGUYÊN MINH

Bản quyền thuộc về tác giả và Nhà xuất bản Liên Phật Hội (United Buddhist Publisher - UBP).

Copyright © 2018 by United Buddhist Publisher - UBP
ISBN-13: 978-1986404129
ISBN-10: 1986404129

© All rights reserved. No part of this book may be reproduced by any means without prior written permission from the publisher.

NGUYÊN MINH

NGUỒN CHÂN LẼ THẬT

NHÀ XUẤT BẢN LIÊN PHẬT HỘI
UNITED BUDDHIST PUBLISHER (UBP)

Lời nói đầu

Duyên khởi của tập sách này có phần nào đó hơi khác thường và đối với tôi dường như lại còn là một điều hết sức thú vị. Trong một thời gian khá lâu, với nhiều công việc dở dang nên tôi gần như không đặt bút viết thêm được quyển sách nào trong Tủ sách Rộng mở tâm hồn, cho dù tôi đã chuẩn bị khá nhiều ý tưởng để chia sẻ cùng bạn đọc qua một số chủ đề đã được dự tính từ nhiều năm trước. Tuy nhiên, thời gian và công việc thật ra cũng chỉ là một yếu tố, vẫn còn một yếu tố khác quan trọng hơn nữa là tôi thực sự chưa tìm được nguồn hứng khởi để đưa những ý tưởng sẵn có của mình lên trang giấy.

Thế rồi, thật tình cờ tôi nhận được một bài thơ rất đặc biệt, từ một người quen gửi đến. Tôi gọi là "bài thơ" vì với tôi nó gần như đã gợi lên được trọn vẹn cả một đề tài mà từ lâu tôi hằng ấp ủ, nhưng thật ra có lẽ với đa số người đọc khác thì không hẳn đã xem đó là một "bài thơ", bởi nó chỉ gồm hai câu ngắn ngủi được đặt trang trọng bên dưới một chủ đề - rất có thể chính là toàn bộ ý tưởng mà người viết muốn diễn đạt.

Chủ đề được nêu lên là: *"Chân-lý đi về đâu"* và hai câu lục bát ngắn ngủi ấy như sau:

Chân-lý đi, chân-lý về,
Chẳng còn, hay có; cũng "huế" một "tâm".

Tôi đã cố ý ghi chép lại chính xác như những gì tôi được đọc thấy, bởi mỗi chi tiết trong hai câu thơ này đều mang những ý nghĩa nhất định đối với tôi.

Trước hết, quý độc giả có thể đã dễ dàng nhận ra những chữ *chân lý* đều được viết có gạch nối. Đây là dấu ấn cho thấy người viết thuộc một thế hệ khá lớn tuổi, ít nhất cũng đã theo học bậc trung học từ trước năm 1975, bởi hiện nay không ai còn giữ cách viết này. Những dấu gạch nối thời ấy làm nhiệm vụ liên kết một cụm từ ngữ khi người viết muốn người đọc phải tiếp nhận nguyên vẹn mà không tách rời chúng ra.

Điểm đặc biệt thứ hai là cách dùng chữ *huề*, một dạng trước đây của chữ *hòa*. Ngày nay ít thấy ai dùng chữ *huề* nữa, mặc dù theo quy luật chung của ngôn ngữ, nó vẫn còn được lưu dấu trong những cụm từ cố định như *huề vốn, huề cả làng* v.v... Nhưng khi dùng riêng rẽ, ta chỉ nói *xử hòa* chứ không nói *xử huề*, cũng như nói *hòa thuận* chứ không ai nói *huề thuận* v.v... Ngoài ra, tôi cũng chú ý đến cách dùng các dấu ngoặc kép trong câu với mục đích nhấn mạnh vào hai chữ *huề* và *tâm*.

Đối với tôi, các đặc điểm nhận dạng qua hình thức như vừa nêu là những chỉ dấu để tôi tiếp cận ý nghĩa hai câu thơ theo một hướng đặc biệt, trong chừng mực nào đó có vẻ gần giống như là một cuộc đối thoại trực giao giữa hai thế hệ - một ngày xưa cổ kính thâm trầm với nội tâm sâu lắng và một hiện tại năng động tư duy với ngập tràn tri thức.

Chân lý vốn là một khái niệm hết sức mơ hồ, chưa từng và cũng sẽ không bao giờ có thể được cụ thể hóa thành một khuôn mẫu duy nhất. Mặc dù không ít người vẫn tin chắc rằng *"chân lý chỉ có một"*, nhưng họ thường quên rằng điều đó chỉ đúng khi xét trong trường hợp của riêng một người hay một nhóm người hoàn toàn có cùng quan điểm. Và vì thế, cho dù mỗi người hay một nhóm người có thể đạt đến chân lý "duy nhất" nào đó, thì trên thực tế vẫn luôn tồn tại đó đây vô số những "chân lý" khác hơn đối với những người khác hay nhóm khác.

Tính chất mơ hồ của khái niệm này dường như lại càng được đẩy xa hơn nữa khi người viết cố ý đặt chúng kèm theo những động từ *đi, về*:

Lời nói đầu

Chân-lý đi, chân-lý về ... ...

Chân lý ở đây được mô tả như đang dịch chuyển theo dòng biến động của những tâm thức chưa từng lắng đọng, đang ngày đêm quay quắt với những *đúng-sai, phải-trái, được-thua, hơn-thiệt...* Và trong cuộc xoay vần không đích đến như thế, những chuyến đi về tất yếu cũng không bao giờ tìm được một điểm dừng cố định. Đây chính là bi kịch muôn đời của những con người khát khao chân lý nhưng không đủ phước duyên để gặp được một bậc minh sư soi đường chỉ lối.

Về điểm này, chắc hẳn sẽ có không ít độc giả khởi lên sự hoài nghi: *"Lẽ nào mỗi chúng ta không thể tự mình tìm ra con đường đi đến chân lý tuyệt đối hay sao?"*

Vâng, tất nhiên đó là điều hoàn toàn có khả năng xảy ra, nhưng chỉ là trong suy diễn và lý thuyết mà thôi. Hai mươi lăm thế kỷ đã trôi qua kể từ khi bậc Đại Giác Thế Tôn ra đời và chỉ bày con đường đi đến tận nguồn chân lẽ thật, trong thực tế có vô số người đã nối tiếp nhau đạt được sự an lạc giải thoát nhờ đi theo con đường do Ngài mở lối, nhưng chưa một người nào nhận rằng chính mình đã tự khai sáng con đường ấy hoặc mở ra được một hướng đi nào khác hơn những gì đức Phật Thích-ca Mâu-ni đã từng thuyết giảng.

Tri thức giới hạn của hầu hết chúng ta dường như luôn vấp phải bức tường bế tắc khi nỗ lực soi rọi đến tận cùng ý nghĩa hiện hữu của đời sống. Và trong nỗ lực vô vọng để vượt qua sự bế tắc ấy, có những điều hôm nay ta tưởng chừng là chân lý tuyệt đối thì có thể ngày mai đã trở thành một mớ tri thức hỗn độn vô nghĩa; có những thành tựu tưởng chừng như đang làm thay đổi cả cuộc đời ta, thì có thể trong phút chốc bỗng đẩy ta vào chỗ hoang mang lạc lõng... Tất cả những thực tiễn ấy, những ai dấn thân vào con đường tìm kiếm chân lý đều rất có thể đã từng trải qua. Và chính vì vậy mà giá trị khai mở của những lời dạy sáng suốt từ một bậc thầy chân chánh là vô cùng quý giá.

Không riêng gì mỗi chúng ta hôm nay, nhiều thế hệ nhân loại nối tiếp nhau trong lịch sử cũng đã từng loanh quanh trên những lối mòn đi tìm chân lý mà thật ra không đưa người ta đến bất cứ nơi nào cả. Nhân danh chân lý, người ta đã từng chém giết, tàn hại lẫn nhau, nhưng thực tế lại cho thấy cả kẻ thắng lẫn người thua đều chẳng ai có được trong tay mình chân lý!

Cũng nhân danh chân lý, có những người, những nhóm người đã từng hy sinh tuổi thanh xuân cho đến cả cuộc đời mình để lao vào cuộc kiếm tìm không mệt mỏi, nhưng rồi khi đến cuối đời mới đau đớn nhận ra mình thậm chí còn chưa biết được chân lý là gì!

Và không chỉ trong những vấn đề lớn lao trọng đại, chúng ta còn luôn gặp phải những biện luận, tranh chấp về cái gọi là "chân lý" dưới mọi hình thức ngay trong cuộc sống hằng ngày. Không ai có thể dễ dàng chấp nhận mình là người đã "sai lầm", dù chỉ là trong ý tưởng. Mỗi người đều cố gắng hết sức để giành về mình phần "lẽ phải", phần "đúng đắn" nhất hay "chân lý" trong phạm vi đang có sự tranh cãi. Chúng ta tranh giành "chân lý" với mọi người quanh ta, từ thuở ấu thơ cho đến tuổi già, rồi một hôm nào đó bỗng băn khoăn nhìn lại và chợt nhận ra mình vẫn chưa thực sự hiểu được thế nào là "chân lý"!

Hiểu một cách đơn thuần về mặt ngôn ngữ thì *chân* có nghĩa là chân thật, không sai lầm, không giả dối, và *lý* có nghĩa là đúng đắn, thích hợp với sự suy luận, nhận hiểu theo tư duy của lý trí. Như vậy, *chân lý* là lý lẽ đúng thật, không sai lầm và hoàn toàn phù hợp với khả năng suy luận nhận hiểu của chúng ta.

Thế nhưng, *"đúng thật"* không phải là một chuẩn mực bất biến, và khả năng suy luận nhận hiểu của mỗi chúng ta cũng không hoàn toàn giống nhau. Ngay cả khi chỉ xét riêng khả năng suy luận nhận hiểu của chính bản thân mình, ta cũng có thể dễ dàng nhận ra rằng điều đó luôn biến đổi theo thời gian, gần như phụ thuộc hoàn toàn vào sự tích lũy kinh nghiệm cũng như tri thức của chúng ta trong mỗi giai đoạn của cuộc sống. Và chính vì vậy mà hiện tượng *"sáng đúng, chiều sai, đến mai lại đúng"* nếu có xảy ra cũng không có gì là khó hiểu.

Một khi chúng ta vận dụng những tri thức, kinh nghiệm không thường hằng và thường xuyên biến đổi như thế làm công cụ, phương tiện để truy tìm một chân lý thường hằng bất biến thì tính chất bất khả thi của vấn đề dường như đã tự nó bộc lộ ngay từ khởi điểm. Mâu thuẫn ở đây là, chúng ta thường không muốn thừa nhận sự bất khả thi đó, vì cho rằng nó đồng nghĩa với việc ta nhận thua "đối phương", những người đang đi theo một hướng khác với ta.

Ở hai đầu chiến tuyến, mỗi người lính đều tự nhủ rằng họ đang bảo vệ, đang theo đuổi "chân lý" của mình, và tin chắc rằng những kẻ đối nghịch với họ là sai lầm, là cần phải đánh bại... Sự thật bi đát này đã tồn tại gần như trong suốt dòng lịch sử nhân loại. Trừ ra một số ít người tỉnh táo nhận biết, còn lại phần đông hầu như đều chấp nhận sự thật này mà không thấy được tính chất vô lý ngay từ mặt nhận thức của mình.

Đạo Phật bác bỏ hoàn toàn cuộc chạy đua tranh giành cái gọi là "chân lý" như trên bằng một ý niệm rất rõ ràng xuất phát từ trí tuệ quán chiếu sâu vào thực tánh hay bản chất của tất cả sự việc:

是非無實相
究竟總成空 。

> *Thị phi vô thật tướng,*
> *Cứu cánh tổng thành không.*
>
> *Đúng, sai vốn không tướng thật,*
> *Xét cùng hết thảy đều không.*

Tính chất *đúng-sai* của mọi lý lẽ, lập luận đều không phải là một giá trị tuyệt đối bất biến. Chúng được hình thành và phụ thuộc, biến đổi tùy theo bối cảnh nhân duyên tương quan. Những gì được xem là đúng của hôm nay chưa hẳn đã đúng trong tương lai, cũng như những gì từng được xem là đúng trong quá khứ thì hiện tại có thể không còn đúng nữa. Những gì được xem là đúng đắn ở địa phương này lại có thể là sai lầm ở một địa phương khác. Vì thế, nếu chúng ta cố chấp vào một giá trị đúng sai nào đó thì việc xảy ra mâu thuẫn xung đột với người khác sẽ là điều không thể tránh khỏi.

Và những nhận thức khác biệt qua thời gian hay không gian thật ra đều xuất phát từ một cội nguồn duy nhất là tâm thức con người. Một tâm thức sáng suốt cho chúng ta những nhận thức đúng đắn về bản chất sự vật, nhưng một tâm thức mê muội, nhiều che chướng sẽ dẫn đến nhận thức mơ hồ hoặc sai lệch về bản chất sự vật, và do đó cũng khiến ta có những hành vi ứng xử sai lệch, gây tác hại cho chính bản thân cũng như mọi người quanh ta.

Tính chất quyết định của tâm thức được mô tả trong câu thơ thứ hai, cũng là vế cuối của bài thơ trên:

> *Chẳng còn, hay có; cũng "huề" một "tâm".*

Tồn tại hay không tồn tại - *To be or not to be*... Vấn đề lại quay về nguyên ủy của nó, chính là tâm thức. Trong bản thể sáng suốt tự nhiên của tâm thức ấy không có những cặp phạm trù tương đối như *sinh-diệt, dơ-sạch, thêm-bớt*, và do đó tất nhiên cũng không có cả những khái niệm như *đúng-sai, phải-trái, hơn-thua*... Như trong Tâm kinh Bát-nhã đã dạy: *"...bất sinh, bất diệt, bất cấu, bất tịnh, bất tăng, bất giảm..."*

Tất cả đều hòa nhập và bình đẳng như nhau trong dòng tâm thức, vì xét cho cùng thì chúng đều có cùng một bản thể rốt ráo, siêu việt mọi khái niệm tương đối.

Tuy nhiên, việc phủ nhận tính chất duy nhất và bất biến của bất kỳ chân lý nào trong phạm trù tư duy khái niệm của chúng ta hoàn toàn không có nghĩa là mọi khái niệm đều vô nghĩa và chúng ta có thể chấp nhận một kiểu nhận thức mơ hồ không xác định, hoặc nói nôm na là một kiểu quan niệm "ba phải", thế nào cũng đúng, cũng được. Bởi cho dù khi "xét đến cùng" thì "tất cả đều rỗng không" trong ý nghĩa chúng không tự có một tự thể độc lập thường hằng, nhưng trong phạm trù của thực tại tương đối mà ta đang hiện hữu thì vẫn rất cần phải có một sự phân biệt thật sáng suốt, rõ ràng những tính chất khác biệt của mọi sự vật.

Như vậy, để có thể mang lại ý nghĩa tốt đẹp và tích cực cho cuộc sống của chính mình thì việc chọn lựa những phương cách tư duy, nói năng hoặc ứng xử sao cho thích hợp với hoàn cảnh, mang lại lợi lạc cho bản thân ta cũng như mọi người quanh ta vẫn là một yêu cầu khó khăn mà tất cả chúng ta đều phải cố gắng thực hiện tốt. Chỉ khi hiểu được điều này ta mới có thể sống tốt trong cuộc đời mà vẫn không bị lôi cuốn vào vòng xoáy *"thị phi vô thật tướng"* của những cuộc tranh chấp vô lý không đáng có.

Bởi vì mọi tư duy, lập luận hay nhận thức của chúng ta đều xuất phát từ "nguồn tâm", nên tâm thức luôn quyết định tất cả những gì chúng ta suy nghĩ, nói năng hay hành động. Một tâm thức trong sáng, hiền thiện sẽ lưu xuất những tư tưởng, lời nói và việc làm mang lại lợi ích cho bản thân và người khác, kèm theo đó là một cuộc sống an vui, hạnh phúc đến từ nội tâm. Ngược lại, một tâm thức si mê, xấu ác sẽ luôn thúc đẩy những tư tưởng, lời nói và việc làm gây tổn hại đến chính mình và người khác, kèm theo đó là một cuộc sống bất an, khổ đau luôn dằn vặt trong tâm hồn.

Như một nguồn nước chảy ra muôn dòng nước, nếu nguồn nước ấy bị nhiễm bẩn, mọi dòng nước cũng đều ô nhiễm không dùng được. Nếu nguồn nước được giữ cho trong sạch, thanh khiết, thì mọi dòng nước từ đó chảy ra đều sẽ là những dòng nước trong trẻo, mát lành. Cũng vậy, việc gìn giữ một tâm thức trong sáng, hiền thiện chính là cội nguồn chân thật để từ đó khởi sinh hết thảy mọi việc lành, và ngược lại thì tâm ô nhiễm sẽ là cội nguồn khởi sinh muôn việc xấu ác.

Xuất phát từ những nhận xét như trên, có thể thấy rằng mọi tư duy lập luận trong phạm vi khái niệm của chúng ta đều là tương đối, không hề tồn tại bất kỳ một giá trị tuyệt đối duy nhất bất biến nào. Vì thế, khi ta có sự tu dưỡng để vun bồi gìn giữ một cội nguồn bản tâm chân thật thì mọi lý lẽ cũng theo đó mà trở nên thuận hợp, đúng thật. Ngược lại, khi xuất phát từ một tâm thức xấu ác, nhiễm ô thì mọi lý lẽ dù có văn hoa uyên bác đến đâu chắc chắn cũng chỉ là những lập luận ngụy biện, được dùng để lấp liếm che đậy cho những ý đồ vốn khởi sinh từ tham lam, sân hận và si mê.

"Nguồn chân lẽ thật" được viết ra từ tâm nguyện chia sẻ một vài kinh nghiệm nhận thức nhỏ nhoi trong việc áp dụng những lời dạy của đức Phật vào sự tu tâm dưỡng tánh, và xem đó như là cội nguồn chân thật nhất để khởi sinh mọi thiện hạnh. Trong ý nghĩa đó, chúng ta sẽ không đi sâu vào sự biện giải *đúng-sai, phải-trái...* mà sẽ soi rọi vào tận cội nguồn khởi sinh của tất cả mọi quan điểm, nhận thức bằng ánh sáng của những lời Phật dạy để thấy được những gì bản thân ta cần phải nhận hiểu và thực hành. Từ đó, ta sẽ nhận ra một sự thật rất thường gặp là, ngay cả khi ta vận dụng những lời Phật dạy nhưng với một tâm thức không chân

chánh, không trong sáng, thì chính những lời dạy đó sẽ rất dễ có nguy cơ bị nhận hiểu và vận dụng hoàn toàn sai lệch, trở thành lý lẽ ngụy biện cho những hành vi, tư tưởng và lời nói sai lầm của chúng ta.

"Nguồn chân lẽ thật" sẽ bàn đến một số những nhận thức cơ bản và quen thuộc nhất với mọi người Phật tử, nhưng cũng chính là những vấn đề thường dễ bị nhận hiểu sai lệch nhất. Hy vọng những chia sẻ chân thành này sẽ có thể mang lại được ít nhiều lợi lạc cho những ai đang nỗ lực hoàn thiện bản thân mình.

Trân trọng!

Nguyên Minh

Đời là bể khổ...

Ngay sau khi thành đạo và quyết định hoằng truyền giáo pháp, đức Phật đã đi đến Lộc Uyển và thuyết pháp lần đầu tiên cho 5 anh em ông Kiều-trần-như, những người trước đây đã từng cùng ngài tu khổ hạnh nhưng không đạt được sự giải thoát như mong muốn.

Trong lần Chuyển pháp luân đầu tiên này, đức Phật thuyết giảng về Tứ diệu đế, những sự thật mà bất cứ ai cũng có thể nhận biết được bằng cách quán xét bản chất đời sống của chính mình, trong đó việc nhận biết bản chất khổ đau của đời sống được xem là sự thật thứ nhất: Khổ đế.

Điều thú vị ở đây là, tuy những gì đức Phật thuyết dạy là sự thật hết sức hiển nhiên, không thể phủ nhận, nhưng tất cả các bậc thầy tâm linh đương thời với ngài cũng như trước đó lại chưa từng có ai đề cập đến. Vì thế, giáo pháp Tứ diệu đế đã trở thành một nét đặc thù trong Phật giáo kể từ khi ấy, và về sau trở thành điểm cốt lõi, nền tảng trong mọi giáo pháp do đức Thế Tôn truyền dạy.

Ngày nay, khi nói đến những nỗi khổ trong cuộc đời, chúng ta chỉ thấy đó như một sự thật hiển nhiên mà bất cứ ai cũng có thể nhận biết. Cách gọi tên những nỗi khổ như *"sinh, lão, bệnh, tử"* đã trở thành quá quen thuộc với đại đa số quần chúng, đến nỗi không ít người quên hẳn rằng chúng được xuất phát từ bài thuyết pháp đầu tiên của đức Phật. Thật khó có thể nói chắc được rằng, nếu như không có đức Phật từng chỉ ra bản chất khổ đau của đời sống một cách có hệ thống trong giáo pháp của ngài, thì liệu chúng ta có thể tự mình nhận biết cùng những sự thật như thế hay chăng?

Dường như đến nay tôi vẫn chưa thấy có ai đề cập đến tính đột phá trong bài pháp đầu tiên của đức Phật. Thật ra, cho dù khổ đau vốn là một sự thật hiển nhiên từ bao đời, nhưng trước đức Phật thì chưa từng có ai xem đó như một bản chất căn bản của đời sống. Con người cảm nhận được khổ đau nhưng cũng đồng thời được trải nghiệm nhiều niềm vui thích, khoái lạc và hạnh phúc. Vì thế, nếu không có những phân tích chỉ bày rốt ráo của đức Phật thì có lẽ hầu hết chúng ta cũng chỉ xem khổ đau như một phần trong cuộc sống thay vì nhận diện nó như một bản chất tất yếu không thể né tránh. Việc chỉ rõ bản chất khổ đau của đời sống chính là một bước đột phá vĩ đại nhất trong lịch sử nhân loại, bởi nó đặt nền móng căn bản cho mọi pháp môn tu tập hướng thượng, bởi vì xét cho cùng thì tất cả đều không thể đi ngoài mục đích chấm dứt khổ đau.

Lần đầu tiên biết đến giáo pháp Tứ diệu đế và tính chất hiển nhiên của khổ đau được đức Phật chỉ rõ, tôi bỗng có sự liên tưởng đến việc Kha Luân Bố tìm ra châu Mỹ. Chuyện kể rằng, trong một bữa tiệc có rất đông người để chúc mừng thành công của ông khi trở về, Kha Luân Bố nghe được những lời bàn tán cho rằng việc ông tìm ra vùng đất mới là chẳng có gì khó khăn, và nếu như không có ông thì rồi cũng sẽ có người khác tìm ra thôi...

Lặng yên không tranh cãi, Kha Luân Bố yêu cầu mang đến cho ông một quả trứng luộc và trước sự ngạc nhiên của mọi người, ông thách thức bất cứ ai trong số quan khách có thể đặt quả trứng đứng yên giữa một cái đĩa. Ông nói rõ, có thể dùng mọi phương cách nhưng không được dùng thêm bất kỳ vật hỗ trợ nào khác. Rất nhiều người tiến lên để thử và họ loay hoay rất lâu nhưng không cách nào giữ cho quả trứng đứng yên được. Chỉ cần buông tay ra là nó sẽ ngã xuống đĩa.

Sau khi mọi người đều thừa nhận là yêu cầu của Kha Luân Bố không thể thực hiện được, ông lặng lẽ đến bên chiếc đĩa, cầm lấy quả trứng đập nhẹ một đầu xuống bàn cho vỡ móp đi và sau đó đặt nó đứng yên một cách dễ dàng giữa chiếc đĩa. Mọi người ồ lên thú vị nhưng phải thừa nhận cách làm của ông không hề phạm quy, bởi trước đó ông đã nói rõ là có thể dùng bất kỳ phương cách nào...

Một việc làm hết sức dễ dàng, nhưng trước khi Kha Luân Bố thực hiện nó thì trong cả đám đông không một ai nghĩ ra được cả!

Cũng vậy, ngày nay chúng ta có thể dễ dàng nói về bản chất khổ đau của đời sống, là bởi trước ta đã có bậc Đạo sư chỉ rõ ra những điều ấy. Bài pháp đầu tiên của đức Phật đã khai phá con đường giúp chúng ta ngày nay dễ dàng nhận ra được sự thật hiển nhiên ấy.

Quả thật, khổ đau hiện diện trong đời sống như một sự thật hết sức hiển nhiên! Chúng có mặt trong cuộc sống của bất kỳ ai, kể cả những người được xem là may mắn, hạnh phúc nhất. Tuy nhiên, việc nhận hiểu một cách sâu xa và trọn vẹn về thực trạng hiển nhiên này cũng không hẳn là việc dễ dàng. Khi mô tả về bản chất khổ đau của đời sống, các kinh văn Phạn ngữ đã dùng chữ *dukkha*, vốn mang một phạm trù ý nghĩa rộng hơn nhiều so với ý nghĩa thường được nhận hiểu trong hai chữ "khổ đau".

Trong tiếng Việt, chúng ta hiểu về "khổ đau" như là một trạng thái làm ta khó chịu về thể chất hoặc tinh thần, như khi ta có bệnh, bị thương tích, hoặc rơi vào một hoàn cảnh thiếu thốn về vật chất, hay khó chịu vì bị xúc phạm, tổn thương về tinh thần... Và trong ý nghĩa đó thì không phải lúc nào chúng ta cũng đau khổ. Có những lúc cuộc sống ta tràn ngập niềm vui, hạnh phúc hay sự thỏa mãn, và khi ấy ta không thấy cuộc đời có gì là khổ cả. Do đó, cảm nhận tự nhiên của chúng ta về cuộc sống chẳng qua là có lúc này, lúc khác... thế thôi. Và việc nhận thức về khổ đau như một tính chất cơ bản nhất của đời sống, trong một chừng mực nào đó thì đối với phần lớn chúng ta lại có vẻ như quá bi quan.

Kinh điển Phật giáo có nhiều đoạn mô tả nhận thức sai lầm như thế của hầu hết chúng ta qua hình ảnh so sánh rất sinh động. Một người tử tù vừa trốn thoát và bị đuổi bắt rất gấp. Trong lúc đang cố hết sức trốn chạy, anh ta rơi xuống một vực sâu nhưng may mắn bám được một sợi dây leo ven bờ vực và treo lơ lửng ở đó. Thật không may, anh ta chợt nhận ra là có hai con chuột, một đen và một trắng, đang thay nhau cố gặm đứt sợi dây. Trên bờ vực, quân lính đã đuổi tới vây quanh chờ bắt anh, và nhìn xuống bên dưới vực sâu thăm thẳm, có một con rắn độc đang ngóc đầu chờ...

Với những yếu tố cực kỳ nguy cấp như thế, người tử tù rơi vào hoàn cảnh hầu như không thể tìm đâu ra con đường sống. Rồi anh ngước nhìn lên một nhánh cây gie ra trên bờ vực và chợt thấy một tổ ong, từ đó rơi xuống đúng vào miệng anh mấy giọt mật ngọt. Bỗng nhiên, anh như quên hẳn đi hoàn cảnh hiện tại của mình, chỉ còn cảm nhận vị ngọt lịm của mấy giọt mật đang tan dần trong miệng...

Thực trạng của tất cả chúng ta cũng không khác gì người tử tù trong hoàn cảnh nguy khốn kia! Cuộc sống chúng ta từ lúc sinh ra đã ngập chìm trong sự mong manh biến đổi vô thường của đời sống, trong tiến trình hoại diệt không ngừng của từng tế bào cơ thể cho đến lúc nhắm mắt xuôi tay, cũng như trong những rủi ro bất trắc có thể xảy đến cho bất kỳ ai với bất kỳ mức độ nào. Chúng ta không thể dựa vào đâu để đảm bảo rằng cuộc sống ta sẽ luôn được an ổn, hạnh phúc, mà ngược lại thì khả năng xảy ra bất ổn lại gần như có thể đến với ta bất cứ lúc nào. Hai con chuột, một trắng một đen, tượng trưng cho ngày và đêm đang trôi qua, rút ngắn dần thời gian còn được sống của mỗi chúng ta. Ta không thể làm được gì để thay đổi điều đó. Cái chết sẽ đến là điều tất yếu cho tất cả mọi người, giống như sợi dây leo kia rồi sẽ đứt bởi sự gặm nhấm của hai con chuột.

Thế nhưng, trong một thực trạng như vậy mà chỉ cần có được "vài giọt mật" của những niềm vui thích giả tạm là ta lập tức quên đi tất cả và chỉ nhìn thấy một màu hồng tươi sáng bao phủ khắp quanh ta.

Sự lạc quan như thế tự nó không phải sai lầm mà chỉ là một kiểu phản ứng rất tự nhiên. Chính cái nhận thức đã làm khởi sinh sự lạc quan ấy mới sai lầm. Bởi nhận thức sai lầm, không đúng thật và không toàn diện nên mới làm khởi sinh sự lạc quan như thế, và do đó ta không thể dựa vào đâu để đảm bảo sẽ duy trì được sự lạc quan vốn là giả tạm đó. Rồi khi ánh sáng tươi hồng kia bất ngờ tan biến trở thành ảm đạm, mức độ khổ đau của đời sống càng tăng thêm gấp bội. Và tai hại hơn nữa là do ảnh hưởng của sự lạc quan giả tạm đó, ta không thể nhận biết được một cách đúng thật những nguyên nhân làm sinh khởi khổ đau, cũng như không thể dấn bước vào con đường hướng đến sự dứt trừ đau khổ.

Đó là lý do tại sao đức Phật đã giảng dạy Khổ đế trước tiên. Nếu không nhận hiểu một cách đúng thật và đầy đủ về bản chất khổ đau của đời sống thì không thể có những bước đi đúng đắn tiếp theo sau.

Như đã nói, Kinh điển bằng Phạn ngữ dùng chữ *dukkha* để mô tả về bản chất khổ đau của đời sống. *Dukkha* không chỉ đơn thuần mang ý nghĩa là *"khổ đau"* trong phạm vi như ta thường hiểu, nó hàm ý một thực trạng gây ra sự *không thỏa mãn, không hài lòng và phải cố chịu đựng.* Đó là tâm trạng luôn cảm thấy không hài lòng với những gì đang xảy ra, luôn dằn vặt với ý tưởng rằng lẽ ra mọi thứ đã có thể xảy ra với ta một cách tốt đẹp hơn... Trong một số bản luận cổ xưa, trạng thái này được ví như người đánh xe ngồi trên chiếc xe với bánh xe bằng gỗ có một chỗ khuyết. Bánh xe lăn đều và cứ mỗi lần chỗ khuyết ấy chạm xuống mặt đường thì xe lại bị xóc lên, gây ra một sự khó chịu thường xuyên và tất yếu không sao tránh khỏi.

Khi hiểu ý nghĩa của *dukkha* theo cách như thế, ta sẽ thấy nó không những bao gồm toàn bộ các trạng thái khổ đau mà chúng ta đã và đang trải qua, nhưng đồng thời cũng bao gồm cả những trạng thái mà thông thường ta vẫn tưởng chừng như là vắng mặt khổ đau. Như vậy, có thể thấy khổ đau quả thật là một tính chất cơ bản và phổ quát nhất của đời sống, cho dù tính chất ấy có đôi khi bộc lộ rõ ràng và cũng có những lúc ẩn tàng sâu trong tâm thức. Đó là một thực trạng mà chúng ta thật ra chưa bao giờ thoát ra khỏi được. Ngay cả khi được ở trên đỉnh cao danh vọng, ta vẫn cảm thấy như còn có điều gì đó tốt hơn mà ta chưa đạt được. Những khi được hưởng một niềm vui, một sự thỏa mãn nhất thời, thì thật ra trong sâu thẳm lòng ta vẫn luôn tiềm tàng sự khao khát, thôi thúc mong mỏi một điều hơn thế nữa... Mặt khác, đi kèm theo với những cảm giác vui thích giả tạm luôn là một nỗi lo lắng âm ỉ vì biết rằng sự vui thích ấy sẽ không được lâu dài như ta mong muốn.

Thật ra, trong những phần giáo pháp giảng rộng về sau, đức Phật còn phân biệt rõ ba loại, hay ba mức độ của khổ đau. Đó là: *khổ khổ*, *hoại khổ* và *hành khổ*.

Khổ khổ là mức độ khổ đau (hay *dukkha*) rõ rệt, dễ nhận biết nhất. Đó là những trạng thái khó chịu về thể xác hoặc tinh thần, từ sự đau nhói như khi ta bị một vết đứt ở ngón tay cho đến những cơn đau dữ dội khiến ta lăn lộn trên giường bệnh; hoặc tâm trạng buồn bã như khi nhớ nhung một ai đó cho đến nỗi đớn đau khôn cùng khi một người thân qua đời... Dạng khổ đau này cũng bao gồm cả những nỗi khổ vì đói, khát, rét, nóng v.v...mà mỗi chúng ta đều thỉnh thoảng phải gánh chịu. Tất cả những trạng thái khó chịu như thế đều được gọi chung là *khổ khổ*, hiểu một cách đơn giản là ta đang khổ vì phải chịu đựng những nỗi khổ.

Hoại khổ là mức độ khổ đau tinh tế hơn và nghiêng nhiều hơn về phần tinh thần. Những khổ đau thuộc loại này liên quan trực tiếp đến tính chất giả tạm và hoại diệt của mọi sự vật. Từ sâu thẳm trong tâm thức, chúng ta không hài lòng với sự hoại diệt này, và vì thế mà ta đau khổ. Những vật sở hữu yêu thích của ta ngày một cũ kỹ đi rồi hư hoại, kể cả những con người mà ta yêu thương gắn bó rồi cũng phải hư hoại, mất đi như thế.

Sở dĩ những khổ đau này gắn chặt với tinh thần là vì chúng khởi sinh từ sự tham ái, luyến mến của ta đối với những người và vật mà ta yêu thích, sở hữu. Ta ngấm ngầm khao khát chống lại hoặc muốn đảo ngược tiến trình hoại diệt; ta cũng khao khát duy trì mãi mãi những trạng thái hài lòng thích ý khi có được những gì ta muốn, những hạnh phúc ngập tràn khi được sống với người ta thương yêu v.v... Nhưng tất cả những khát khao kỳ vọng đó đều không thể đạt được, bởi chúng xuất phát từ nhận thức sai lầm, hoàn toàn không hiểu đúng về bản chất của sự vật. Khi chúng ta mong muốn những điều đi ngược với bản chất sự vật, những mong muốn đó tất nhiên sẽ không bao giờ đạt được, và vì thế mà ta đau khổ.

Mức độ tinh tế và khó nhận biết nhất của khổ đau được gọi là *hành khổ*. Đây là mức độ khổ đau cơ bản nhất. Chính nó đã tạo thành bản chất khổ đau ngay từ nền tảng của cuộc sống. Nếu như ở mức độ *khổ khổ* ta luôn cảm nhận khổ đau một cách cụ thể với những cảm giác, cảm xúc rõ rệt, còn ở mức độ *hoại khổ* ta đau khổ vì sự hư hoại của sự vật, không thường hằng theo ý muốn của ta, thì ở mức độ *hành khổ*, ta lại chịu đựng một nỗi khổ đau âm ỉ vì sự chuyển dịch vô thường của hết thảy mọi sự vật. Và sự chuyển dịch vô thường đó lại "rất thường", trong ý nghĩa là nó chẳng bao giờ dừng lại hay thay đổi cả. Sự vô thường này liên tục diễn ra trong dòng thời gian, từ khi ta sinh ra cho đến lúc lìa đời, mỗi một phút giây trôi qua ta đều chứng kiến những chuyển biến vô thường quanh ta.

Vì thế, chúng ta thường chỉ chịu đựng mức độ *khổ khổ* vào những quãng thời gian nào đó trong đời, không phải thường xuyên lúc nào cũng có. Nếu là người may mắn với cuộc sống hạnh phúc, cũng có thể ta sẽ rất hiếm khi phải chịu đựng những khổ đau loại này. Với *hoại khổ* thì tính chất thường xuyên đã tăng thêm rất nhiều. Phần lớn thời gian trong cuộc sống, chúng ta luôn có những mối lo toan nhất định để có được món này, món khác, hoặc những buồn bực khó chịu vì mất đi món nọ, món kia... đa phần chỉ vì ta không mong muốn những điều ấy xảy ra. Và ta khổ đau vì phải chấp nhận những điều không mong muốn đó. Tuy vậy, cho dù phải đối mặt khá thường xuyên, *hoại khổ* cũng không phải là nỗi khổ ngự trị liên tục trong suốt cuộc đời của mỗi chúng ta.

Nhưng *hành khổ* thì khác. Nó âm ỉ ngấm ngầm nhưng lại không một phút giây nào dừng lại. Nếu không có sự tu tập tỉnh thức thường xuyên trong đời sống, rất nhiều khi ta không hề nhận biết được nó, nhưng không phải vì thế mà nó không hiện hữu. Hành khổ âm thầm chi phối trọn cuộc đời ta, làm hạt nhân thúc đẩy mọi hành vi tạo nghiệp của ta, và cũng đồng thời bắt ta phải chịu đựng một trạng thái trói buộc, bất toại nguyện gần như trong suốt cả cuộc đời. Vì thế, chính nó là mức độ khổ đau căn bản nhất mà không ai tránh khỏi.

Với cả ba mức độ khổ đau (hay *dukkha*) như vừa kể, rõ ràng bản chất của đời sống này là khổ đau, cho dù những khổ đau ấy ở dạng tiềm ẩn hay hiển lộ, âm ỉ hay bộc phát. Vì thế, trong kinh Pháp hoa đức Phật từng dạy rằng: *"Ba cõi đều như căn nhà đang cháy."* (Tam giới như hỏa trạch.)

Ba cõi được nói đến ở đây bao gồm cả những cảnh giới của chư thiên, những cõi trời đầy khoái lạc mà trong hình dung của con người trần thế luôn là những thiên đường mong ước. Thế nhưng, đức Phật dạy rằng mọi khoái lạc của chư thiên đều hữu hạn và sẽ có lúc chấm dứt, cũng như các vị ấy thật ra chưa hề thoát khỏi sự chi phối của *dukkha*. Tuy hiện trạng của họ có khác biệt tốt đẹp hơn so với con người trần thế, nhưng tâm thức họ vẫn còn chưa giải thoát, vẫn đang bị che mờ bởi *"vài giọt mật"*, và đó là nguyên nhân khiến họ chưa thể chấm dứt hoàn toàn đau khổ.

Bằng cách nhận thức đúng thật, khách quan và toàn diện về bản chất của khổ đau, đức Phật đã chỉ ra được những nguyên nhân làm sinh khởi chúng. Trong một quan hệ nhân quả tất yếu, khổ đau luôn khởi sinh từ những nguyên nhân. Và cũng trong quan hệ nhân quả tất yếu như thế, khi dứt trừ được những nguyên nhân gây khổ đau thì mọi khổ đau tự chúng sẽ không còn tồn tại. Những điều này được trình bày rõ ràng trong hai phạm trù tiếp theo của Tứ diệu đế là *Tập khổ đế* (nguyên nhân sinh khởi khổ đau) và *Diệt khổ đế* (sự chấm dứt hoàn toàn mọi khổ đau).

Việc nhận biết nguyên nhân khổ đau tất nhiên là điều kiện tiên quyết để dứt trừ đau khổ. Tuy nhiên, nếu không có sự soi sáng của Phật pháp, chúng ta quả thật cũng rất khó có thể nhận biết đến tận cội nguồn của những nguyên nhân ấy. Trong khi những nguyên nhân rõ rệt và gần gũi có vẻ như đã trực tiếp gây khổ đau cho ta, thì thật ra chúng lại chỉ là một mắt xích trong chuỗi dây chuyền vốn được khởi động từ trước đó. Chẳng hạn, khi ta đau khổ vì mất mát một tài sản lớn, có vẻ như chỉ cần thu hồi lại được tài sản ấy thì nỗi khổ kia sẽ không còn nữa. Tuy nhiên, nếu xét đến nguồn cội của vấn đề thì không phải thế. Khổ đau có thể lắng dịu khi ta được thỏa mãn nhất thời, nhưng cội rễ của nó vẫn còn nguyên đó, và việc mất mát món này hay món khác trong số những tài sản sở hữu của ta là điều có thể xảy ra bất cứ lúc nào, hay nói khác đi là nỗi khổ đau vì mất mát vẫn còn nguyên đó, chỉ đợi dịp để sinh khởi mà thôi.

Bằng sự quán chiếu sâu xa hơn theo lời Phật dạy, ta sẽ thấy rằng nỗi khổ của ta không khởi sinh từ sự mất mát mà chính từ sự tham luyến, khao khát sở hữu những tài sản mất mát ấy. Không có tham luyến sẽ không có đau khổ vì tham luyến, bởi ta không có sự quan tâm hay tiếc nuối vì sự mất mát.

Nhưng tham luyến vẫn chưa phải là cội nguồn sâu xa nhất, bởi nó lại được khởi sinh từ một nguyên nhân sâu xa hơn nữa. Đó chính là sự si mê, không có trí tuệ nhận biết đúng thật về bản chất của sự vật. Chẳng hạn, bản chất của sự vật là vô thường, nhưng ta lại khao khát, mong muốn những vật sở hữu của ta được thường tồn. Bản chất của sự vật là luôn thay đổi, biến dịch, nhưng ta lại khao khát mong muốn những gì ta sở hữu sẽ luôn bền chắc, mới nguyên...

Xuất phát từ những khao khát, mong muốn sai lầm do không nhận biết đúng thật về bản chất của sự vật như thế, chúng ta không thể không rơi vào tâm trạng bất toại nguyện, nghĩa là không cảm thấy hài lòng.

Lại có những khổ đau tưởng như xuất phát từ sự hận thù, lòng căm ghét... nhưng khi quán xét kỹ thì đó cũng chỉ là nguyên nhân gần, bởi sâu xa hơn vẫn chính là do những nhận thức sai lầm về con người hay sự việc mới làm ta khởi sinh sân hận. Khi tu tập nhẫn nhục và nhìn sự việc với một tâm thức an nhiên sáng suốt, ta sẽ thấy những gì khiến ta giận dữ không còn ảnh hưởng đến ta theo cách như trước đó. Vì thế, xét đến cùng thì sự si mê hay nhận thức sai lầm vẫn là nguyên nhân sâu xa nhất.

Khi quán xét hầu hết các nguyên nhân khổ đau khác nữa, ta luôn thấy rằng, rốt cùng thì những nhận thức sai lầm luôn đóng một vai trò quyết định và sâu xa nhất.

Và những nhận thức sai lầm cũng có nguồn gốc, nguyên nhân của nó. Nguồn gốc của những nhận thức sai lầm về bản chất hiện tượng như thế được đức Phật gọi là *vô minh* - không có sự sáng suốt, nghĩa là si mê, thiếu trí tuệ chân chánh như thật. Thuật ngữ này thường dùng để chỉ đến sự si mê căn bản nhất là không nhận hiểu được bản chất hiện tượng đúng thật như chúng đang tồn tại. Sự ngu si, tối tăm hoặc kém khả năng phán đoán trong những phạm trù ứng xử hoặc tri thức thông thường không được gọi là vô minh - hay nói đúng hơn đây chỉ là một phần rất nhỏ của vô minh - và cũng không phải là nguyên nhân chính của nhận thức sai lầm. Vì thế, nếu chúng ta phát triển những tri thức thế tục thì dù ta có trở thành một học giả uyên thâm với kiến thức thông kim bác cổ, ta vẫn không động được đến thành trì căn bản của vô minh, do đó cũng không thể thay đổi nhận thức sai lầm về bản chất của thực tại. Chính vì thế mà chúng ta dễ dàng nhận thấy có rất nhiều người học thức sâu rộng, uyên bác nhưng vẫn mê lầm tin theo tà kiến sai lệch hoặc hành xử xấu ác. Đó chính là biểu hiện rõ nét nhất của sự vô minh nơi họ.

Từ nơi vô minh là nguyên nhân căn bản mà khởi sinh vô số những phiền não khác nhau, chính là những nguyên nhân trực tiếp làm ta đau khổ. Khi lớp vỏ bọc vô minh bị phá vỡ dần, những cảm xúc phiền não cũng sẽ dần dần giảm thiểu và ta có thể bắt đầu nếm trải được mùi vị của một cuộc sống an vui chân thật.

Khi chỉ ra tiến trình sinh khởi và diệt mất của khổ đau, đức Phật cũng đồng thời chỉ dạy những phương cách giúp ta thực hiện tiến trình đó. Những phương cách này được ngài trình bày một cách đầy đủ và hệ thống trong phần giáo pháp được gọi là *Bát chánh đạo*, là những phương thức tu dưỡng toàn diện các khía cạnh của thân, khẩu và ý, tạo điều kiện hướng đến một cuộc sống an lạc, giải thoát. *Bát chánh đạo* cũng là nội dung chính của chân lý thứ tư trong Tứ diệu đế, được gọi là Đạo đế.

Với giáo pháp Tứ diệu đế, đức Phật đã trao cho chúng ta một bản đồ hoàn chỉnh để nhận dạng khổ đau và từng bước tu tập đi đến sự dứt trừ hoàn toàn mọi khổ đau, đạt được sự an lạc, giải thoát.

Chúng ta đã từng có dịp đề cập đến Tứ diệu đế nói chung và Bát chánh đạo nói riêng trong một tập sách trước đây.[1] Vì thế, trong sách này chúng ta sẽ không bàn sâu vào chi tiết của phần giáo pháp này mà chỉ đề cập một cách khái quát để chỉ ra tầm quan trọng của việc phá trừ vô minh như yêu cầu tất yếu và cơ bản nhất trong tiến trình tu tập hướng đến giải thoát. Khi nhận thức sai lầm thì ngay cả hành vi cao quý nhất như việc xuất gia tu tập cũng có thể bị nhận hiểu một cách lệch lạc. Đã từng có không ít người xem việc xuất gia như một phương cách để trốn chạy những khổ đau tuyệt vọng, những hoàn cảnh không toại nguyện, thay vì là sự dũng cảm đối mặt, đối trị và dứt trừ. Chính từ những nhận thức sai lệch này mà chúng ta thường nghe có những lý giải rất "cải lương" như kiểu *"tu là cội phúc, tình là dây oan..."*

Những diễn đạt theo kiểu như thế cũng không sai, nhưng chúng dễ gợi lên sự hiểu lầm về con đường tu tập như một giải pháp ủy mị, trốn tránh "sợi dây tình ái". Trong khi việc xuất gia cầu tìm chân lý được mô tả trong văn cảnh sách của ngài Quy Sơn như là *"cất bước vượt lên cao xa; tâm tánh, cốt cách khác người thế tục... nhiếp phục hết thảy những thói hư tật xấu... báo đáp bốn ơn, bạt khổ cứu nguy khắp trong ba cõi..."* thì những cách hiểu như trên chỉ dẫn đến hình ảnh người xuất gia như kẻ trốn chạy ái tình, tìm kiếm một chỗ dung thân khi tuyệt vọng...

Phật pháp vô biên, phương tiện nhiệm mầu không giới hạn, nên cho dù có những kẻ ban đầu tìm đến việc xuất gia

---

[1] Xem trong sách Vì sao tôi khổ - tác giả Nguyên Minh, NXB Tổng hợp TP HCM, 2006.

với động lực sai lệch như thế, cuối cùng thì họ cũng sẽ được chuyển hóa trên con đường tu tập và nhận được lợi lạc an vui trong cuộc sống. Nhưng hệ quả tất nhiên là khi đó nhận thức của họ về việc xuất gia cũng sẽ hoàn toàn thay đổi theo hướng đúng đắn hơn. Vì thế, dù có đi theo đường vòng hay đường thẳng, cuối cùng thì mục tiêu nhắm đến vẫn là phải đạt được một nhận thức chân thật, đúng đắn về thực tại.

Và nhận thức ấy chỉ có thể đạt đến một cách trọn vẹn khi ta phá trừ được lớp vỏ bọc vô minh, nguyên nhân căn bản nhất của mọi vấn đề như đã nói.

Phá trừ vô minh cũng chính là đạt đến chân lý tuyệt đối, và phương pháp tu tập để phá trừ không gì khác hơn là làm an định tâm thức (hay *thiền chỉ*) - và quán chiếu soi xét ngay chính tâm thức ấy, hay *(thiền quán)*. Hai phương pháp *chỉ* và *quán* khi được vận dụng song hành sẽ mang đến cho hành giả *định* và *tuệ*, chính là đôi cánh nhiệm mầu để bay cao lên khung trời giải thoát. Có được *định* và *tuệ* rồi thì người tu tập mới có đủ khả năng để thực hiện đúng theo lời Phật dạy: *"Không làm các việc ác, nguyện làm mọi việc lành."* (Chư ác mạc tác, chúng thiện phụng hành.) Bởi không có *định* thì không thể có sự chuyên tâm để thành tựu việc làm lành lánh dữ, và không có *tuệ* thì không thể phân biệt rõ ràng giữa thiện và ác, tốt và xấu, nên không thể bỏ ác làm lành một cách thật chân chánh.

Vì thế, trong thực tế chúng ta không thể truy tìm chân lý ở bất kỳ nơi nào khác hơn là quay về làm an định tự tâm và quán chiếu, tu dưỡng tâm thức của chính mình. Đây cũng chính là điểm quan trọng nhất trong giáo pháp của đức Phật: Mọi bất ổn của chúng ta đều khởi sinh từ tâm thức, và việc giải quyết triệt để các bất ổn này chỉ có thể bắt đầu từ tâm thức, dựa vào năng lực của tâm thức.

Một tâm thức si mê che lấp bởi vô minh sẽ không ngừng

tạo ra đau khổ. Đó là một tiến trình hoàn toàn tự nhiên của nó, trong quan hệ nhân quả tất yếu lấy vô minh làm cội gốc. Ngược lại, một tâm thức sáng suốt đã phá trừ vô minh sẽ không có sự hiện diện của khổ đau, cũng trong quan hệ nhân quả tất yếu, bởi cội gốc đã dứt trừ thì không còn dựa vào đâu để các nguyên nhân gây đau khổ có thể khởi sinh.

Khi chúng ta chìm ngập trong những tâm trạng phiền não như tham lam, sân hận, ganh ghét, đố kỵ... những thứ ấy không phải từ bên ngoài được đưa vào trong ta. Chính năng lực vô hạn tiềm ẩn trong tâm thức ta đã tạo nên những tâm thái ấy. Do vô minh làm khởi sinh các nhận thức sai lầm về đối tượng nên ta luôn cảm thấy những tâm trạng phiền não như thế là điều đương nhiên, hợp lý và cần thiết. *"Làm sao tôi có thể không tức giận... làm sao tôi có thể không bực dọc... trong những hoàn cảnh như thế, như thế..."* Chúng ta nhìn mọi thứ qua lớp sương mù che lấp của vô minh nên không thấy được bản chất thực sự của chúng.

Tuy nhiên, điểm thú vị ở đây là, những trạng thái tâm thức tham lam, sân hận... như thế lại chính là biểu hiện rất rõ rệt cho thấy tâm thức ta có năng lực tạo thành các tâm thái ấy. Và chính vì tâm thức có khả năng khởi sinh phiền não nên cũng chính tâm thức ấy mới có khả năng đạt đến sự giải thoát, giác ngộ. Do đó, suy cho cùng thì tiến trình tu tập không phải là sự phủ nhận, cưỡng lại những tâm thái phiền não đang hiện hành, mà là sự nỗ lực chuyển hóa tâm thức sao cho chính nguồn năng lực đã khởi sinh mọi phiền não sẽ trở thành động lực giúp ta đạt đến cuộc sống an vui, hạnh phúc.

Trong kinh điển có nói: *"Phiền não tức Bồ-đề."* Đó chính là muốn chỉ rõ mối quan hệ tương tức giữa hai khái niệm này. Thật ra, chúng chỉ là hai mặt khác nhau của cùng một thực thể. Nếu không có những phiền não như tham lam, sân hận, si mê, ganh ghét, đố kỵ... thì cũng không thể có giải thoát an vui như là kết quả của con đường tu tập. Vì thế, những gì đã khiến cho chúng ta giận dữ, căm tức, bực dọc, tham luyến... lại cũng chính là những hạt nhân giúp mọc lên hoa quả Bồ-đề. Và nguồn năng lượng mạnh mẽ thiêu đốt cuộc sống an lành của chúng ta trong những lúc khởi sinh phiền não lại cũng chính là nguồn lực bất tận có thể đưa ta đến bến bờ giải thoát.

Hiểu được điều đó ta mới có thể lý giải được những hiện tượng hết sức thông thường nhưng lại có vẻ như nghịch lý. Chính những người ta thương yêu nhất lại thường là những người gánh chịu nhiều nhất và nặng nề nhất những cơn giận dữ, những lần bực tức của ta. Hay nói một cách nôm na theo ngôn ngữ dân gian là *"thương nhau lắm, cắn nhau đau"*.

Tại sao vậy? Vì chính nguồn năng lượng thương yêu ta dành cho ai đó cũng sẽ biến thành sự thôi thúc giận dữ, ghét bỏ với sức mạnh tương đương một khi nhận thức hay cái nhìn của ta dành cho người ấy thay đổi theo hướng xấu đi. Đây là một tiến trình hoàn toàn tự nhiên và dường như cũng tương tự với định luật "bảo toàn năng lượng" mà chúng ta đã được học từ khi ngồi trên ghế nhà trường. Nguồn năng lượng của tâm thức không bao giờ mất đi, nó cần có một hình thức nào đó để hiển lộ. Khi tâm thức bị vô minh che lấp, năng lượng ấy hiển lộ thành tham lam, sân hận, si mê... và vô số phiền não khác. Khi chúng ta hướng về con đường tu tập, năng lực ấy hiển lộ thành tâm từ ái, bi mẫn, tinh tấn tu tập... Và khi chúng ta phá trừ được lớp vỏ bọc vô minh, năng lực ấy hiển lộ thành tuệ giác Bồ-đề hay trí tuệ giác ngộ viên mãn.

Khi xét từ góc độ này, chúng ta sẽ thấy rằng bản chất khổ đau của đời sống không hẳn đã là một thực trạng hoàn toàn bi quan. Bởi những biểu hiện khác nhau của khổ đau tuy có thể vây phủ làm cho cuộc sống của ta trở nên u ám tối tăm, nhưng đồng thời chúng cũng là những nguồn lực bất tận thúc đẩy ta tiến lên trên con đường tu tập. Chúng ta đã được nghe kể về rất nhiều trường hợp có những người đạt đến sự chứng ngộ sâu xa ngay trong những hoàn cảnh bi đát, đau thương nhất, như khi có người thân qua đời hoặc bản thân hành giả rơi vào hoàn cảnh hoàn toàn tuyệt vọng...

Đại sư Tông Bổn trong sách *Quy nguyên trực chỉ* kể lại nguyên nhân xuất gia cầu đạo của ngài là cái chết của một người anh. Thiền sư Hương Nghiêm Trí Nhàn cầu đạo ở Tổ Quy Sơn Linh Hựu, bị Tổ sư cật vấn một câu mịt mờ tâm trí không đáp được, khẩn cầu Tổ sư khai thị. Tổ sư nói: "Nếu ta nói ra sẽ là việc của ta, đâu liên hệ gì đến ông?" Ngài quá tuyệt vọng, liền đốt hết sách vở quyết không cầu học nữa, từ biệt Tổ Quy Sơn đi về Nam Dương tìm chỗ hoang vắng ở ẩn. Bỗng một hôm trong lúc cuốc cỏ trên núi làm văng hòn sỏi chạm vào thân cây trúc vang lên tiếng kêu, ngài nghe qua liền bừng tỉnh, chứng ngộ. Việc Tổ sư đẩy ngài vào tâm trạng tuyệt vọng hóa ra chính là để khơi dậy khả năng giác ngộ cho ngài.

Vì thế, việc chấp nhận bản chất khổ đau hay những bế tắc của đời sống là một bước khởi đầu thiết yếu, không phải để đắm chìm trong tâm trạng bi quan, mà chính là để khơi dậy nguồn lực bất tận của tâm thức hướng đến sự giải thoát.

Nhận biết bản chất khổ đau của đời sống cũng như tính chất giả tạm vô thường của vạn pháp, chúng ta sẽ không còn chạy đuổi theo những mong cầu khát khao không hợp lý, không tự huyễn hoặc mình bằng những ước vọng tương lai mà thật ra có thể sẽ không bao giờ đạt được, và cũng không rơi vào khổ đau tuyệt vọng khi mọi sự việc diễn ra không như ta mong muốn. Ta chấp nhận mọi sự vật đúng thật như chúng đang hiện hữu trong thực tại và nỗ lực quán chiếu để có thể nhận biết rõ ràng về những nguyên nhân làm khởi sinh mỗi một phiền não trong tâm ta. Đó chính là bước khởi đầu quan trọng nhất trên con đường hướng đến nguồn chân lẽ thật.

Đi tìm nghĩa Không...

Tâm kinh Bát-nhã có thể xem là bản kinh văn ngắn nhất trong kinh hệ Bát-nhã vì đề cập đến tinh yếu của tư tưởng Bát-nhã chỉ với chưa đầy một trang kinh. Trong Đại Chánh tạng, bản Hán dịch kinh này của ngài Huyền Trang được đưa vào Tập 8, kinh số 251, ở duy nhất một trang 848, tờ c, bắt đầu từ dòng thứ 7 và chấm dứt ở dòng thứ 24, vỏn vẹn chỉ có 18 dòng.

Thật ra, những ý nghĩa tinh yếu này xuất hiện rải rác trong các kinh văn khác, nhất là trong bộ kinh Đại Bát-nhã Ba-la-mật-đa gồm đến 600 quyển cũng do chính ngài Huyền Trang dịch sang Hán ngữ. Vì thế, Tâm kinh có thể xem là một kiểu "trích yếu" để giúp hành giả dễ dàng hơn trong việc nắm được những điểm tinh yếu, nhưng thật sự không nên xem Tâm kinh như một bản văn "tóm tắt", bởi khi muốn tìm hiểu về Kinh văn Bát-nhã thì hoàn toàn không thể dựa vào chỉ riêng một bản Tâm kinh này. Đây là một trường hợp *"ý tại ngôn ngoại"*, chỉ những bậc chứng ngộ mới có thể từ nơi giềng mối của Tâm kinh mà thấu suốt được hết mọi nghĩa lý uyên áo thâm sâu khác.

Tâm kinh Bát-nhã dạy rằng *"năm uẩn đều không"* (ngũ uẩn giai không). *Năm uẩn* chính là toàn bộ các yếu tố hợp thành thân tâm của tất cả chúng sinh, bao gồm *sắc, thọ, tưởng, hành* và *thức*.[1] Ý nghĩa này được nêu lên ngay trong câu mở đầu, khẳng định rằng *"năm uẩn đều không"* qua sự quán chiếu bằng trí tuệ Bát-nhã của Bồ Tát Quán Tự Tại -

---

[1] Năm uẩn khi hiểu theo mức độ đơn giản nhất thì *sắc* là hình sắc, thể chất, hay thân thể và các giác quan; *thọ* là cảm thọ, cảm giác, tâm lý; *tưởng* là các ấn tượng, tư tưởng, liên tưởng; *hành* là tất cả sự biến dịch, vận hành tạo tác; và *thức* là khả năng nhận biết, phân biệt.

Avalokiteśvara, tức Bồ Tát Quán Thế Âm - và kết quả là sau khi thành tựu pháp quán chiếu sâu xa nhận biết được bản chất của năm uẩn đều là không, ngài đã vượt qua tất cả khổ não, ách nạn. Nguyên bản câu kinh này được ngài Huyền Trang dịch từ Phạn ngữ sang Hán ngữ như sau:

"Quán Tự Tại Bồ Tát hành thâm Bát-nhã ba-la-mật-đa thời, chiếu kiến ngũ uẩn giai không, độ nhất thiết khổ ách." (觀自在菩薩行深般若波羅蜜多時，照見五蘊皆空，度一切苦厄。)

Có thể tạm dịch sang tiếng Việt là:

"Bồ Tát Quán Tự Tại khi hành trì pháp Bát-nhã ba-la-mật-đa sâu xa, thấy rõ năm uẩn đều là không, nhờ đó vượt qua hết thảy mọi khổ não, ách nạn."

Trong chương trước, chúng ta đã thấy rằng muốn dứt trừ tận gốc rễ của khổ đau thì nhất thiết phải phá tan lớp vỏ bọc vô minh che lấp tâm thức, vì đó là nguyên nhân căn bản nhất làm khởi sinh mọi nguyên nhân khác. Đoạn kinh văn này giúp ta xác tín thêm điều đó. Bằng cách sử dụng trí tuệ quán chiếu sâu xa, Bồ Tát Quán Tự Tại đã phá tan được vô minh, thấy biết bản chất thực sự của tất cả các pháp, mà trước hết là bản chất của năm uẩn, vốn đều giả tạm, không thật có.

Và sự thấy biết sâu xa, đúng thật đó đã giúp ngài vượt qua mọi khổ đau trong đời sống. Dứt trừ hết thảy khổ đau tức là giải thoát, là đến được bến bờ giác ngộ bên kia (*đáo bỉ ngạn* - 到彼岸), không còn mê đắm ở bờ bên này, tức là chốn sinh tử luân hồi. Vì thế, câu kinh mở đầu này có thể xem như một tuyên bố chứng ngộ, trong đó nêu rõ pháp môn tu tập và kết quả tu chứng. Việc hiểu đúng những điểm cơ bản nêu trong tuyên bố ngắn gọn này là điều kiện tiên quyết giúp ta hiểu đúng được những phần tiếp theo của Tâm kinh.

Khi chuyển dịch Kinh điển nói chung và Tâm kinh Bát-nhã nói riêng, ngài Huyền Trang đã tuân theo 5 nguyên tắc do chính ngài rút ra từ kinh nghiệm dịch thuật, thường được biết với tên gọi là *"ngũ chủng bất phiên"*, tức là 5 trường hợp không nên phiên dịch ý nghĩa mà chỉ phiên âm cách đọc.[1]

Trong câu kinh vừa dẫn, chúng ta thấy có một tên gọi gồm 2 yếu tố không được chuyển dịch là *"bát-nhã" (prajñā)* và *"ba-la-mật-đa" (pāramitā)*. Hai yếu tố này rơi vào trường hợp hàm chứa nhiều nghĩa nên ngài Huyền Trang đã không chuyển dịch.

Tuy có khi chữ *bát-nhã* vẫn được dịch là "trí tuệ", nhưng thật ra hàm nghĩa của *bát-nhã* rộng hơn rất nhiều. Ngoài ý nghĩa "trí tuệ" như vẫn thường được hiểu, *bát-nhã* còn chỉ đến một năng lực sáng suốt tự nhiên và vượt ngoài phạm trù của những tri thức thế tục, vì thế hoàn toàn không do sự học hỏi tích lũy mà có được. Bát-nhã là năng lực chiếu soi sẵn có nơi mỗi người, nhưng phải qua sự tu tập thanh lọc thân tâm, đạt đến trạng thái nhất như an tĩnh thì năng lực này mới có thể tự nó hiển lộ soi chiếu thực tại, giúp hành giả thấy đúng, hiểu đúng về bản chất của thực tại. Thiền ngữ có câu: *"Tâm địa nhược không, tuệ nhật tự chiếu."* (Cõi tâm nếu được suốt thông không gì ngăn ngại thì mặt trời trí tuệ tự nhiên chiếu sáng.) Đây chính là nói lên ý nghĩa mỗi chúng sinh đều luôn sẵn có trí tuệ Bát-nhã, có khả năng tự hiển lộ chiếu soi khi tâm thức được an tịnh, trong sáng. Chính trí tuệ Bát-nhã này sẽ tự nó soi sáng, giúp hành giả có thể nhận hiểu đúng về bản chất rốt ráo của tất cả các pháp.

---

[1] Các trường hợp này bao gồm: 1. Mật nghĩa: vì nguyên ngữ không nhằm chuyển tải các ý nghĩa thông thường mà có tác dụng hoàn toàn bí mật nên không dịch, chẳng hạn các câu thần chú. 2. Đa nghĩa: vì nguyên ngữ hàm chứa nhiều nghĩa khác nhau được đồng thời đề cập nên nếu muốn dịch cũng không có từ ngữ tương đương. 3. Sự vật không có ở địa phương nên không có danh từ tương đương để dịch. 4. Cách phiên âm của người đi trước đã trở thành quen thuộc nên không dịch. 5. Vì muốn giữ hàm ý tôn kính nên không dịch.

Do năng lực nhận hiểu này siêu việt mọi tri thức thế tục nên điều tất nhiên là những gì một hành giả chứng nghiệm được bằng trí Bát-nhã thật ra không thể mô tả bằng ngôn ngữ, vốn là một phương tiện luôn bị giới hạn bởi những khái niệm do chính con người đặt ra và tích lũy thành khuôn mẫu cứng nhắc trong tri thức.

Vì thế, trong tuyên bố chứng ngộ mở đầu Tâm kinh, Bồ Tát Quán Tự Tại đã nêu rõ nguyên nhân chứng ngộ của ngài, không phải nhờ vào sự lặn lội cầu học hay trải qua nhiều năm tích lũy tri thức, mà chính là nhờ vào sự hành trì pháp môn *Bát-nhã ba-la-mật-đa* sâu xa mới có thể khơi mở, làm hiển lộ năng lực trí tuệ siêu việt, thấy biết được tánh thật của năm uẩn, và thông qua đó cũng chính là tánh thật của vạn pháp. Như vậy, để hiểu được nguyên nhân chứng ngộ của Bồ Tát, chúng ta nhất thiết phải chú ý đến sự khác biệt giữa trí tuệ thế gian mà tiêu biểu là sự tích lũy tri thức khái niệm, với trí tuệ Bát-nhã mà đặc trưng là năng lực soi chiếu thấu suốt bản chất sự vật.

Yếu tố thứ hai không được chuyển dịch là *ba-la-mật-đa (pāramitā)*, cũng là một yếu tố đa nghĩa. Ý nghĩa thường được chuyển dịch sang Hán ngữ là *"đáo bỉ ngạn"* (到彼岸), nghĩa là *"đến bờ bên kia"*. Trong ý nghĩa biểu trưng này, chúng ta phải mặc nhiên nhận hiểu về hàm ý "bờ bên kia" là để chỉ "bờ giác ngộ", là "trạng thái giải thoát" sau khi đã vượt qua khỏi sinh tử luân hồi.

Tuy nhiên, trong cách dùng thông dụng, *"ba-la-mật-đa"* hay *"ba-la-mật"* còn được hiểu như là *"phương tiện, pháp môn tu tập có thể giúp đưa hành giả đến bờ bên kia"*. Vì thế, sáu pháp môn tu tập của hàng Bồ Tát được gọi là sáu *ba-la-mật*. Và chính theo nghĩa này mà sáu *ba-la-mật* cũng được gọi là sáu độ (Lục độ - 六度), với chữ *độ* (度) có nghĩa là đưa người sang sông, hay cứu thoát, độ thoát.

Ngoài ra, trong Phạn ngữ thì *ba-la-mật-đa* còn mang thêm những hàm nghĩa rộng hơn nữa. *Ba-la-mật-đa* chỉ đến một trạng thái *"đã hoàn tất, đã thành tựu"*, và vì thế khi hành giả đạt đến trạng thái này thì không còn việc gì khác để làm thêm nữa, không còn chỗ khiếm khuyết nào để phải hoàn thiện. Chính vì vậy mà trong Anh ngữ có một số người chọn dịch *ba-la-mật-đa* là *"completeness"* hay *"perfection"* (hoàn tất, hoàn hảo, hoàn thiện).

Một số bản Việt dịch dựa theo nghĩa này để dịch sáu ba-la-mật là *"sáu cái hoàn thiện"*, nhưng theo chúng tôi thì việc chọn riêng nghĩa này để dịch là quá thiếu sót, không hơn được những cách chọn lựa của người đi trước như đã nói trên. Và quyết định không chuyển dịch nghĩa như ngài Huyền Trang là hợp lý nhất.

Cũng cần nói thêm là trong các bản dịch Anh ngữ, đã có rất nhiều người chọn cách giữ nguyên từ *pāramitā* không chuyển dịch.

Như vậy, chữ *ba-la-mật-đa* được dùng trong *"Bát-nhã ba-la-mật-đa"* là để chỉ đến pháp môn tu tập, đến phương tiện nhiệm mầu đã giúp Bồ Tát Quán Tự Tại - cũng như bất cứ ai có sự tu tập hành trì pháp môn này - đạt đến sự giải thoát, vượt qua được đến *"bờ bên kia"*, có thể tiếp tục thành tựu viên mãn quả vị giải thoát đến mức không còn gì khác phải làm thêm nữa. Chính vì vậy mà phần sau của Tâm kinh sẽ khẳng định rằng hết thảy chư Phật trong ba đời cũng đều y theo pháp môn này mà thành tựu quả Phật.

Như vậy, câu mở đầu Tâm kinh đã cho chúng ta thấy được phương pháp mà Bồ Tát Quán Tự Tại đã thực hành để thành tựu giác ngộ, phá vỡ lớp vỏ bọc vô minh che lấp tâm thức và nhìn thấy bản chất thật sự của thực tại. Hệ quả tất nhiên của sự chứng ngộ này là ngài vượt thoát hết thảy mọi khổ đau.

Trong câu kinh văn ngắn gọn và súc tích này, ý nghĩa uyên áo nhất được đặt vào duy nhất một chữ *"không"*. Vì sao vậy? Vì tất cả những từ ngữ khác trong câu đều mang ý nghĩa có thể nhận hiểu được và cấu trúc câu văn cũng không quá phức tạp, không đa nghĩa, chỉ cần đọc qua một lần là chúng ta có thể nắm hiểu được ý nghĩa cơ bản. Nhưng chỉ duy nhất một chữ *"không"* trong đó là thách thức mọi sự biện giải, suy luận và nhận hiểu.

Bồ Tát Quán Tự Tại thực hành pháp *Bát-nhã ba-la-mật-đa* và thấy rõ *"năm uẩn đều là không"* nên vượt qua hết thảy mọi khổ ách. Tất cả những chúng sinh phàm tục như ta cũng đều *thấy rõ năm uẩn*, chỉ có điều là chúng ta thấy *năm uẩn* như những đối tượng tồn tại cụ thể, là thật có chứ không phải *"đều là không"*.

Sắc uẩn tạo nên thân thể này đang tồn tại cụ thể, vì ta có thể nhìn thấy, có thể xúc chạm... và qua đó phân biệt được giữa tay với chân, tai với mắt... Đối với các uẩn khác như *thọ, tưởng, hành* và *thức*, tuy không có hình sắc nhưng ta vẫn có thể nhận biết phân biệt những chuyển biến khác nhau đang diễn ra trong tư tưởng, cảm xúc... Rõ ràng chúng ta không hề thấy *"năm uẩn đều là không"*.

Do sự khác biệt căn bản này, trong khi Bồ Tát Quán Tự Tại vượt qua hết thảy mọi khổ ách thì chúng sinh phàm phu như ta vẫn đang phải nhận lãnh, gánh chịu tất cả. Và từ nhận xét như thế, chúng ta có thể quy chiếu điểm quan trọng nhất trong câu kinh này về một chữ *"không"* duy nhất, chính là điểm làm nên sự khác biệt giữa nhận thức của tất cả chúng sinh đang mê muội với nhận thức của vị Bồ Tát đã chứng ngộ.

Vậy thế nào là *"không"* trong *"năm uẩn đều không"*? Nếu ta hiểu chữ *"không"* ở đây theo nghĩa *"không có, không tồn tại"* thì sự nhận hiểu đó sẽ đi ngược lại với tư duy logic thông thường, bởi qua sự nhận biết của mọi giác quan thì năm uẩn đều là *"thật có"*, không thể là *"không có"*. Vì thế, chữ *"không"* ở đây nhất thiết phải có nhiệm vụ chuyển tải một hàm nghĩa nào đó khác hơn, sâu rộng hơn.

Tìm về nguyên bản Phạn ngữ, ta biết chữ *"không"* (空) trong Hán ngữ ở đây đã được dịch từ chữ *"śūnyatā"*. Khi chuyển dịch kinh điển sang tiếng Tây Tạng, người Tây Tạng dịch chữ *śūnyatā* thành chữ *tongpa-nyi*. Cả 2 từ ngữ trong tiếng Phạn và tiếng Tạng đều gồm 2 thành tố, trong tiếng Phạn là *śūnya* và *-tā*, còn trong tiếng Tạng là *tongpa* và *-nyi*. Theo sự giảng giải của một vị đại sư Tây Tạng là ngài Yongey Mingyur Rinpoche[1] thì trong cả tiếng Phạn và tiếng Tạng, thành tố thứ nhất (*śūnya* và *tongpa*) đều mang nghĩa là *"không có gì, trống không"*. Do nghĩa này nên trong Anh ngữ thường chuyển dịch thành *emptyness*. Nhưng dịch như thế chỉ chuyển tải được ý nghĩa của thành tố thứ nhất mà thôi. Điểm đặc biệt chính là nằm ở thành tố thứ hai (*-tā* và *nyi*), vì tự chúng không mang nghĩa gì cả, nhưng khi được ghép vào sau một danh từ hay tính từ, chúng lại bổ sung cho danh từ hay tính từ đó một ý nghĩa là *"có khả năng"* hay *"sự vô hạn"*.

Sự giống nhau về cấu trúc từ ngữ cũng như ý nghĩa giữa hai chữ *śūnyatā* và *tongpa-nyi* cho thấy các dịch giả Tây Tạng đã thành công trong việc tìm ra một từ ngữ khá tương đương trong tiếng Tạng để chuyển dịch. Thật không may là do cấu trúc ngôn ngữ khác nhau, điều này không thể có được trong Hán ngữ cũng như Việt ngữ.

Vì thế, để hiểu được ý nghĩa chữ "không" (hay *śūnyatā*) chúng ta không có cách nào khác hơn là quay lại tìm hiểu từ Phạn ngữ. Như vậy, căn cứ vào ý nghĩa cấu trúc từ ngữ

---

[1] Xem trong sách Trí tuệ hoan hỷ (Joyful Wisdom) - Yongey Mingyur Rinpoche, Nguyễn Minh Tiến và Diệu Hạnh Giao Trinh Việt dịch, NXB Thời Đại, 2014 - trang 196.

thì *śūnyatā* không mang nghĩa đơn thuần là *"không có"* hoặc *"trống không"*, mà vì có tiếp vĩ ngữ *tā* được thêm vào sau nên nó hàm nghĩa là một *"trạng thái 'không' nhưng có khả năng tạo ra sự hiện hữu, làm sinh khởi mọi thứ, một trạng thái 'không' không có giới hạn"*.

Nói một cách khác, chữ *"không"* ở đây không nhằm đưa ra một khái niệm ngược lại với *"có"*, mà nó chỉ đến một trạng thái nền tảng, làm điều kiện cho *năm uẩn* có thể hiện hữu như trong sự nhận biết thông thường của tất cả chúng ta. Gọi là *"không"*, vì trong những điều kiện thông thường, với tri thức và sự nhận hiểu thông thường, thì chúng ta không nhận biết được *"trạng thái không"* này. Và tuy phải tạm gọi là *"không"* như thế, nhưng đó không phải sự rỗng không, không có, mà lại chính là điều kiện nền tảng để từ đó khởi sinh vạn pháp, khởi sinh mọi *"cái có"* mà ta có thể nhận biết cụ thể bằng giác quan.

Cư sĩ Chánh Trí Mai Thọ Truyền[1] trước đây khi giảng giải về Tâm kinh trong sách *Bát-nhã Tâm kinh Việt giải* đã diễn nghĩa chữ *"không"* thành *"chân không"*, với ý nghĩa là một *"cái không chân thật"*. Điều đó cho thấy ông đã nhận rõ ý nghĩa đặc biệt của chữ *"không"* trong câu kinh này. Tuy vậy, cách diễn giải như thế tuy có chỉ ra sự khác biệt nhưng chưa giúp ta hiểu được sự khác biệt đó là như thế nào.

Trạng thái *"chân không"* này làm nền tảng cho vạn pháp sinh khởi, nên tự nó vẫn luôn hiện hữu chưa từng vắng mặt. Nhưng với cách nhận thức về thực tại thông qua những khái niệm sẵn có cũng như bị giới hạn bởi chúng, ta không thể nhận biết được trạng thái *"chân không"* nền tảng này. Trong đời sống thông thường, ta luôn cho rằng các pháp nói chung

---

[1] Cư sĩ Chánh Trí Mai Thọ Truyền (1905 - 1973) là người vận động sáng lập Hội Phật học Nam Việt vào năm 1950 và là Hội trưởng của Hội này từ năm 1955.

hay năm uẩn nói riêng đều là thật có, với những đặc điểm nhận dạng, phân biệt rất rõ ràng: trắng, đen, dài, ngắn, cao, thấp... đều là những tính chất hoàn toàn cụ thể, nhận biết được từ mỗi sự vật khác nhau. Khi tiếp xúc với thực tại theo cách như thế, ta không thể có cách nhận biết nào khác hơn là thừa nhận rằng mọi thứ đều "thật có".

Vấn đề chỉ có thể thay đổi, chuyển biến khi ta biết tu tập quán chiếu thực tại dựa vào trí tuệ Bát-nhã. Nói như thế không có nghĩa là ta phủ nhận hoặc đi ngược lại những logic suy luận, phán đoán thông thường, mà thật ra đây là một sự phát triển nhận thức đến mức độ sâu xa hơn, toàn diện hơn, vượt qua những giới hạn và sai lầm của logic suy luận phán đoán thông thường.

Về mặt không gian, khi ta nhìn thấy một sự vật đang tồn tại, ta liền kết luận vật ấy đang hiện hữu. Kết luận tức thì và đơn giản này không sai, nhưng nó rất giới hạn. Nếu tiếp tục nhận thức ở mức độ sâu xa và toàn diện hơn, ta sẽ nhận biết thêm rằng đối tượng nhận biết của ta tuy đúng là đang hiện hữu đó, nhưng nó không thể tự tồn tại một cách hoàn toàn độc lập trong thực tại, mà bao giờ cũng phụ thuộc vào rất nhiều những sự vật, những yếu tố khác có liên quan trực tiếp hoặc gián tiếp đến sự tồn tại của nó.

Tính chất *"không thể tự tồn tại"* và mối tương quan chằng chịt giữa tất cả các pháp là thật có và luôn hiện hữu trong mọi trường hợp, nhưng khi quan sát sự vật theo cách thông thường, ta không hề lưu ý nhận biết. Với trí tuệ Bát-nhã, chúng ta sẽ không dừng lại ở việc nhận biết những đặc điểm *"bề mặt"* của sự vật, mà sẽ tiến xa hơn, quán chiếu sâu sắc hơn để có thể nhận biết được bản chất thật sự, căn bản nhất của nó, hay nói theo một cách khác là *"tánh thật"* của nó.

Hãy lấy ví dụ, khi nhóm lên một bếp lửa, ta nhìn thấy và cảm nhận rõ ràng sự có mặt của ngọn lửa, ta nói ngọn lửa *"có"*. Khi ta thêm củi vào, ngọn lửa bốc cao hơn, tỏa hơi nóng nhiều hơn. Ta bớt củi ra, ngọn lửa hạ thấp dần, ít nóng hơn. Nếu lấy hết củi, lửa tắt, ta nói ngọn lửa bây giờ *"không có"*. Xét kỹ thì ngọn lửa ấy *"có"* hay *"không có"* đều tùy thuộc hoàn toàn vào các điều kiện do ta cung cấp. Cho nên, *"tánh thật"* của ngọn lửa chẳng phải là *"có"*, cũng chẳng phải *"không có"*.

Ngọn lửa ấy từ nơi nhân duyên mà *khởi sinh* (khi ta gom củi, mồi lửa...), rồi *tồn tại* (lửa bắt củi cháy lên...), *chuyển biến* (lúc bốc lên cao, lúc hạ xuống thấp...) và cuối cùng *diệt mất đi* (khi rút hết củi ra...) không còn nhìn thấy, nhận biết được nữa, *vì thế nên tánh thật của nó chẳng phải là có*. Nếu tánh thật của nó là *"có"*, thì phải luôn luôn có, vì sao lấy hết củi ra lại trở thành không?

Nhưng rõ ràng là khi nhân duyên hội đủ (củi khô, lửa mồi, không khí khô ráo...) thì ngọn lửa hiện ra với tất cả những tính chất, màu sắc... đặc trưng của nó, ta có thể nhìn thấy, nhận biết rõ ràng, *vì thế nên tánh thật của nó cũng chẳng phải là không*. Nếu tánh thật của nó là *"không"* thì lúc nào cũng không, vì sao khi gom củi mồi lửa thì lập tức khởi sinh thành có?

Tiến trình *"sinh, trụ, dị, diệt"* như trên không chỉ có riêng trong trường hợp của một ngọn lửa, mà là điểm tương đồng đối với tất cả các pháp. Bất kỳ một hiện tượng nào được chúng ta nhận biết đều không ra ngoài tiến trình đó. Khi quán sát sâu xa sự khởi sinh, tồn tại, chuyển biến và hoại diệt của tất cả các hiện tượng, chúng ta đều thấy được sự vận hành tương tự như thế. Toàn bộ tính chất bí ẩn, uyên áo của những tương tục đổi thay *"có có không không"* của vạn pháp đều nằm ở chỗ là: *Trong cái không đã hàm chứa cái có và trong cái có đã hàm chứa cái không*.

Cả hai trạng thái *"có"* và *"không"* thay nhau hiện hữu đó đều cần phải có một nền tảng căn bản, một phông nền không tên tuổi hình dạng, để từ đó chúng hiện khởi. Và khi quán xét sâu xa bằng trí tuệ Bát-nhã, ta sẽ trực nhận được cái nền tảng thường hằng bất biến đó, không phải qua những khái niệm được mô tả bằng ngôn ngữ, mà bằng vào sự soi chiếu đến tận cội nguồn sâu xa nhất của sự vật và trực tiếp nhận biết qua kinh nghiệm tự thân. Chính cái nền tảng không tên tuổi hình dạng này đã là điều kiện cho mọi sự sinh khởi, tồn tại, chuyển biến và hoại diệt của vạn pháp. Vì thế, ông Mai Thọ Truyền gọi nó là *"chân không"* hay *"cái không chân thật"*.

Kinh văn đạo Phật thường chỉ đến trạng thái nền tảng này như là *"tánh Không"* - với chữ *"Không"* viết hoa, cũng nhằm mục đích tạo ra sự khác biệt với chữ *"không"* được hiểu theo nghĩa thông thường. Và trong bối cảnh được trình bày ở đây, chúng ta đã tạm gọi đó là *"tánh thật"* của vạn pháp, để phân biệt với *"tánh giả tạm"* là cả hai phạm trù *"có"* và *"không"* mà ta vừa phân tích như trên.

Khi dài dòng văn tự về *tánh Không* hay *tánh thật* của thực tại, thật ra chúng ta đang cố gắng thực hiện một việc hoàn toàn không thể được. Dùng ngôn ngữ giới hạn để mô tả về một trạng thái *"khả tính vô hạn"* như tánh Không là điều không thể được. Dùng chút tri thức mê muội của người chưa chứng ngộ, đang dò dẫm tìm lối đi trong đêm tối luân hồi để biện luận, so sánh, mô tả về *tánh Không* - cảnh giới của bậc giác ngộ - cũng là điều không thể được. Và mô tả như vậy để mong cho những ai chưa từng thấy biết về *tánh Không* có thể hiểu được đôi chút về nó lại càng không thể được. Bởi cách duy nhất để nhận hiểu rốt ráo về *tánh Không* là phải thực hành theo như Kinh văn đã dạy, nghĩa là phải *"hành trì pháp môn Bát-nhã ba-la-mật-đa sâu xa"*. Sự hành trì đó không thể dựa vào tri thức lý luận, càng không thể dựa vào những khái niệm được tích lũy từ sự mô tả của người khác.

Như thế, vì sao chúng ta phải bỏ công biện biệt, lý giải, phải cố làm một việc mà ngay từ đầu đã tự biết là không thể được? Đó là vì trong thực trạng của chúng ta hiện nay, những nỗ lực như thế vẫn là cần thiết và tốt hơn so với không làm gì cả. Tâm kinh Bát-nhã không chỉ là bản kinh văn được tụng đọc hằng ngày của người xuất gia, mà ngay cả với các Phật tử tại gia thì đây cũng là bản kinh được rất nhiều người thuộc lòng và tụng đọc mỗi ngày. Trong khi mỗi người vẫn phải tự mình nỗ lực trong công phu tu tập để có thể đạt đến sự chứng nghiệm rằng *"năm uẩn đều là không"*, thì việc chia sẻ đôi điều với những ai còn đang hoang mang trước ngã ba đường vẫn là điều hết sức cần thiết.

Ví như có người quyết lòng muốn ăn được quả thanh trà nên chuẩn bị ra chợ tìm mua. Người bạn của anh ta tuy cũng chưa bao giờ nhìn thấy quả thanh trà, nhưng đã từng được nghe nhiều người khác mô tả cũng như tìm đọc trong sách vở nói về quả thanh trà. Người này liền chỉ dẫn cho bạn những điểm cần chú ý phân biệt để xác định đúng là quả thanh trà.

Những chỉ dẫn của người ấy tuy không thể giúp người kia thực sự biết được quả thanh trà có hình dáng, mùi vị như thế nào, nhưng ít nhất nó có thể giúp anh ta không mua nhầm một quả bưởi, quả cam hay quả chanh...

Cũng vậy, thực trạng của chúng ta hiện nay là *mọi người Phật tử đều đã và đang tiếp xúc với Tâm kinh*, tụng đọc thuộc lòng bản kinh này mỗi ngày, vì Tâm kinh được đưa vào thời khóa công phu. Như vậy, nếu không cố sức tìm hiểu trong phạm vi tri thức hạn hẹp của mình - dù biết là giới hạn - để có thể nhận hiểu đôi nét cơ bản nhất, thì hệ quả tất nhiên phải xảy đến là sẽ hiểu sai ý nghĩa Tâm kinh, cũng như người kia muốn ăn thanh trà, nhưng nếu anh ta hoàn toàn không biết gì thì rất có khả năng sẽ mua nhầm về một quả bưởi...

Khi chúng ta tụng đọc Tâm kinh mỗi ngày mà nhận hiểu

sai lầm những nét cơ bản nhất trong Tâm kinh, thì e rằng cái khả năng chứng nghiệm được *"năm uẩn đều là không"* đã rất khó đạt được, mà còn có thể dẫn đến nhiều sự suy diễn lệch lạc khác, bởi ta đã sai lầm ngay từ khi cất bước thì chặng đường dài tiếp theo làm sao có thể đưa ta đến đích? Đó chính là lý do cần phải biện giải thật rõ ràng ngay từ câu mở đầu của Tâm kinh - ít nhất là về mặt ngữ nghĩa - dù vẫn biết rằng những biện giải như thế hoàn toàn không thể giúp chúng ta đạt đến sự giải thoát và giác ngộ.

Quả thật, những biện giải như trên không thể giúp người đọc hiểu được thế nào là *"không"* trong *"năm uẩn đều là không"*, nhưng ít nhất nó cũng đưa ra một lời cảnh báo: Đừng tưởng rằng *"không"* đó là *"không có, không tồn tại"*.

Nếu nhận hiểu sai lầm ngay từ câu khởi đầu như thế, chắc chắn chúng ta sẽ tiếp tục nhận hiểu sai lầm toàn bộ Tâm kinh, bởi phần tiếp theo của Tâm kinh chính là giảng rộng ý nghĩa đã nêu bật ngay từ câu mở đầu.

Gần đây chúng tôi tình cờ đọc được một nhận xét về Tâm kinh trong bài viết của thầy Nhất Hạnh đăng tải trên trang Làng Mai, xin trích lại một đoạn dưới đây:

"... ... Vấn đề bắt đầu từ câu kinh: 'Này *Śāriputra*, vì thế mà trong cái không, không có hình hài, cảm thọ, tri giác, tâm hành và nhận thức' (tiếng Phạn: *Tasmāc śāriputra śūnyatayāṃ na rūpaṃ na vedanā na saṃjñā na saṃskārāḥ na vijñānam*). Ô hay! Vừa nói ở trên là cái không chính là hình hài, và hình hài chính là cái không, mà bây giờ lại nói ngược lại: Chỉ có cái không, không có hình hài. Câu kinh này có thể đưa tới những hiểu lầm tai hại: Nó bốc tất cả các pháp ra khỏi phạm trù hữu và đặt chúng vào trong phạm trù vô (vô sắc, vô thọ, tưởng, hành, thức...)... ..." *(Hết trích)*[1]

---

[1] Mời xem nguyên bản tại đây: http://langmai.org/tang-kinh-cac/kinh-van/kinh-moi-dich/tam-kinh-tue-giac-qua-bo (Dữ liệu truy cập ngày 29 tháng 12 năm 2014)

Thật khó có thể cho rằng thầy Nhất Hạnh lại là người hiểu câu kinh trên không theo ý nghĩa chữ *"Không"* (viết hoa) mà nghiêng về ý nghĩa *"không có, không tồn tại"*. Nhưng có lẽ vì lòng từ bi nên thầy đang đặt mình vào vị trí của những kẻ phàm ngu thường nhận hiểu sai lầm về kinh văn như thế, để từ đó mới có thể đưa ra sự biện luận nhằm giúp họ giải nghi chăng? Đây có lẽ là lý do thuyết phục duy nhất cho việc nhận hiểu chữ *"không"* trong câu kinh trên theo ý nghĩa *"không tồn tại"*. Chính vì diễn đạt theo ý nghĩa *"không tồn tại"* nên mới cho rằng *"chỉ có cái không, không có hình hài"*, và tiếp theo là dựa vào đó để kết luận rằng câu kinh này đã *"bốc tất cả các pháp ra khỏi phạm trù hữu và đặt chúng vào trong phạm trù vô"*. Vì đặt tất cả các pháp vào *"phạm trù vô"* nên xem như ở đây đã *"nói ngược lại"* với ý nghĩa *"chân không"* hay *"tánh thật"* nêu ra trước đó trong câu mở đầu. Và như vậy tức là đã tự mâu thuẫn về ý nghĩa, không có sự nhất quán, hay cũng có thể nói là đã diễn đạt sai lệch.

Và do sự diễn đạt sai lệch như thế nên tất nhiên là *"câu kinh này có thể đưa tới những hiểu lầm tai hại"*. Nếu hiểu Tâm kinh theo cách dẫn đến nhận xét này thì giá như ngài Huyền Trang sống lại vào thời nay và mang bản dịch Tâm kinh đi in ấn để lưu hành, chắc chắn sẽ không có nhà xuất bản nào dám nhận in một văn bản nguy hiểm *"có thể đưa tới những hiểu lầm tai hại"* như thế!

May thay, bản dịch Tâm kinh của ngài đã được *"xuất bản"* từ cách nay hơn 14 thế kỷ. Ngài sinh năm 602 và mất năm 664 nên bản dịch Tâm kinh phải ra đời trong khoảng thời gian đó. Trước ngài đã có 2 vị dịch Tâm kinh sang chữ Hán là cư sĩ Chi Khiêm và ngài Cưu-ma-la-thập, nhưng bản dịch của cư sĩ Chi Khiêm đã mất. Sau ngài lại có đến 5 người khác cũng dịch Tâm kinh và các bản dịch này đều còn được lưu giữ trong Đại Chánh tạng. Tuy nhiên, trong cả thảy 7 bản Hán dịch hiện còn, với sự chọn lọc của người đọc trải qua hơn 1.400 năm, chỉ riêng bản dịch của ngài Huyền Trang đã vượt hẳn lên để trở thành bản Tâm kinh thông dụng nhất, được hầu hết Phật tử ngày nay ghi nhớ và tụng đọc.

Trong số các bản dịch Tâm kinh vừa đề cập, đáng chú ý là có một số bản diễn đạt phần quán sát về năm uẩn có khác hơn so với bản dịch của ngài Huyền Trang. Bản dịch của ngài Pháp Thành (bản Đôn Hoàng), được xếp vào Đại Chánh tạng, Tập 8, kinh số 255, trang 850, tờ b, dòng thứ 27 chép như sau:

"*...quán sát chiếu kiến ngũ uẩn thể tánh tất giai thị không.*" (觀察照見五蘊體性悉皆是空。)

Bản dịch của ngài Trí Huệ Luân, được xếp vào Đại Chánh tạng thuộc Tập 8, kinh số 254, trang 850, tờ a, dòng thứ 14 chép như sau:

"*... chiếu kiến ngũ uẩn tự tánh giai không.*" (照見五蘊自性皆空。)

Ở đây, rõ ràng các bản dịch này đều có ý muốn nhấn mạnh cho rõ hơn tính chất *"không"* được đề cập trong câu kinh chính là *"thể tánh"*, là *"tự tánh"* của *năm uẩn*, được nhận biết dưới sự chiếu soi của trí tuệ Bát-nhã, chứ không hàm ý nói rằng năm uẩn là *"không có, không tồn tại"*.

Tuy nhiên, trong trường hợp này thì việc nói rõ hơn, giải thích rộng hơn có vẻ như không phải là giải pháp thích hợp. Việc *"nói rõ hơn"* trong các bản dịch này vô hình trung đã tạo ra một khái niệm mới để gán ghép nghĩa *"không"* vào đó. Như vậy khiến cho người đọc rất dễ rơi vào chỗ hài lòng với khái niệm mới này và vì thế hoàn toàn không hiểu đúng được nghĩa *"không"* với tất cả những thuộc tính nhiệm mầu vô hạn của nó - vốn là một phạm trù ý nghĩa chỉ có thể thực chứng đầy đủ qua công phu tu tập hành trì chứ không thể diễn đạt trọn vẹn và chính xác bằng ngôn ngữ.

Quyết định chọn lựa của ngài Huyền Trang khi dịch câu kinh này là một sự đột phá sáng tạo, chính xác và hiệu quả hơn. Thay vì giải thích hoặc *"nói rõ hơn"* về nghĩa *"không"*, ngài vẫn giữ nguyên chữ *"không"* nhưng ngay sau đó là một mệnh đề gãy gọn, dứt khoát, hết sức rõ nghĩa nhưng lại hoàn toàn trái ngược với tư duy logic thông thường:

"Sắc bất dị không, không bất dị sắc; sắc tức thị không, không tức thị sắc." (色不異空，空不異色；色即是空，空即是色。)

Tạm dịch là: *"Sắc [uẩn] chẳng khác với Không, Không cũng chẳng khác với sắc [uẩn]. Sắc [uẩn] chính là Không, Không cũng chính là sắc [uẩn]."*

Ở đây, sự trái ngược hoàn toàn với tư duy logic thông thường có tác dụng như một gáo nước lạnh dội vào người đọc kinh, làm thức tỉnh mọi hoạt động tư duy nhằm nỗ lực kiểm chứng lại cái mệnh đề trái ngược đó. Điều này cũng gợi nên một sự cuốn hút và thôi thúc người đọc phải tức thời đối chiếu thông tin vừa nhận được với tất cả những khái niệm đã có trong ký ức, nhằm lý giải tính chất "trái ngược" của nó.

Hơn thế nữa, tính chất trái ngược lại được gia tăng đến mức cực đại trong mệnh đề đi sau: *"Sắc tức thị không, không tức thị sắc."*

Đến đây thì mọi nỗ lực biện giải của người đọc kinh hẳn phải tan thành mây khói, bởi không thể có bất kỳ một nền tảng khái niệm hay lập luận nào để lý giải cho một kết quả hoàn toàn vô lý như thế. Trong phạm trù nhận thức đang tồn tại của tất cả chúng ta thì *"sắc"* và *"không"* là hai khái niệm phủ định lẫn nhau, không thể đồng thời cùng hiện hữu, hơn nữa lại còn được đồng nhất với nhau! Tính chất vô lý này có giá trị như một *"liều thuốc"* ngừa hiệu quả giúp cho người đọc kinh phải giật mình tỉnh giác và không rơi vào cách nhận hiểu nghĩa *"không"* theo tư duy logic thông thường, vì điều đó đã bị phủ nhận hoàn toàn: Nếu *"không"* mang nghĩa là *"không có, không tồn tại"* thì làm sao *"sắc"* lại có thể chính là *"không"* và *"không"* lại có thể chính là *"sắc"*? Người đọc do đó được đặt vào một thách thức phải *"đi tìm nghĩa không"* sao cho có thể vượt qua được bức tường chắn *"sắc tức thị không"* này. Và khi nhận ra sự bất lực của ngôn từ ngữ nghĩa, hành giả sẽ tiến được một bước xa hơn hướng đến việc trực nghiệm, thân chứng *"tánh Không"* hay *"tánh thật"* của vạn pháp thay vì suy luận diễn giải về nó.

Bởi vậy, không phải ngẫu nhiên mà trong toàn bản Tâm kinh, chỉ riêng câu *"Sắc tức thị không, không tức thị sắc"* đã nổi bật lên như một tiêu điểm chính, trở thành tinh túy sâu xa nhất mà bất cứ ai đọc qua Tâm kinh cũng đều nhận được ấn tượng hết sức mạnh mẽ từ đó. Cho dù chưa thực chứng được tánh Không rốt ráo, người đọc vẫn bị cuốn hút mạnh mẽ ngay vào câu kinh này.

Vì thế, điều hiển nhiên là *"những hiểu lầm tai hại"* khi đọc Tâm kinh chắc chắn không thể quy lỗi do ngài Huyền Trang chuyển dịch *"không đủ khéo léo"* hay vụng về, sai lệch, mà chỉ có thể là do người đọc kinh đã hiểu chữ *"không"* trong câu mở đầu của Tâm kinh theo một ý nghĩa không chuẩn xác. Trong trường hợp đó, chúng ta chỉ có thể tự trách mình chưa có đủ công phu *"hành thâm Bát-nhã ba-la-mật-đa"* chứ không thể quay sang trách người dịch kinh *"không đủ khéo léo"*, bởi sự khó khăn và hạn chế trong việc diễn đạt một điều *"không thể diễn đạt"* là điều mà ta phải chấp nhận.

Bằng phép thử của thời gian, chúng ta không thể phủ nhận một thực tế là kể từ ngài Huyền Trang đến nay, trải qua hơn 14 thế kỷ, đã có biết bao vị cao tăng thạc đức tu tập thành tựu đạo quả, và hầu hết các vị đều đã tụng đọc thuộc lòng bản Tâm kinh này từ lúc mới bước chân vào cửa chùa, nhưng quả thật chưa nghe có vị nào trong số đó mắc phải *"những hiểu lầm tai hại"* do tụng đọc bản dịch Tâm kinh này!

Trong quyển 17 của sách *Phật tổ lịch đại thông tải* (佛祖 歷代通載 - Đại Chánh tạng, tập 49, kinh số 2036, trang 644, tờ a), phần truyện về thiền sư Cảnh Sầm (景岑) có ghi lại đoạn vấn đáp giữa thiền sư với một vị tăng như sau:

"Có vị tăng thưa hỏi: 'Sắc chính là không, không chính là sắc', lý lẽ ấy là thế nào?

"Sư nói kệ đáp rằng:

Chỗ chướng ngại chẳng phải tường vách.
Chỗ suốt thông đừng tưởng hư không.
Nếu ai hiểu thấu được như thế,
Xưa nay tâm, sắc vốn cũng đồng."

(Tăng vân: 'Sắc tức thị không, không tức thị sắc', thử lý như hà? Sư kệ vân: Ngại xứ phi tường bích. Thông xứ vật hư không. Nhược nhân như thị giải, tâm sắc bản lai đồng. - 僧云 。色即是空空即是色。此理如何。師偈云。礙處非牆壁。通處勿虛空。若人如是解。心色本來同。)

Ở đây, thiền sư muốn chỉ ra rằng ý nghĩa *"không"* trong câu hỏi chẳng phải là *rỗng không, không có gì*. Nếu hiểu đúng như thế mới thấy được chỗ chướng ngại chẳng phải là những vật thể như tường cao hào sâu, mà chỗ thông suốt không ngăn ngại cũng đừng tưởng đó là hư không trống trải. Khi vượt qua giới hạn của tư duy logic thông thường để nhìn thấu bản chất *"có, không"* của vạn pháp thì mới biết được tâm và hình sắc vốn đồng một thể tánh.

Trở lại với câu kinh tưởng chừng như hàm chứa một *"sai lầm"* như vừa nói trên, trong nguyên bản Hán văn được chép như sau:

"Xá-lợi tử! Thị chư pháp không tướng bất sanh bất diệt, bất cấu bất tịnh bất tăng bất giảm. Thị cố không trung vô sắc, thọ, tưởng, hành, thức. (舍利子！是諸法空相, 不生不滅, 不垢不淨, 不增不減。是故空中無色, 無受, 想, 行, 識 。)

Do việc hiểu sai ý nghĩa chữ "không" ngay từ câu kinh đầu tiên nên khi đọc đến câu này tất yếu phải nảy sinh nghi vấn. Trong đoạn văn vừa trích trên, thầy Nhất Hạnh đã viết: *"Ô hay! Vừa nói ở trên là cái không chính là hình hài, và hình hài chính là cái không, mà bây giờ lại nói ngược lại: Chỉ có cái không, không có hình hài."*

Nhưng ý nghĩa của *"cái không"* ở đây rõ ràng chỉ có thể xem là *"nói ngược lại"* khi nó được nhận hiểu theo nghĩa *"không có, không tồn tại"*. Vì *"không"* là *"không tồn tại"*, nên đã nói *"hình hài chính là cái không"* thì sau đó không thể *"nói ngược lại"* rằng *"chỉ có cái không, không có hình hài"*. Tư duy logic hoàn toàn bí lối, bế tắc ở điểm này vì không thể chấp nhận một sự *"nói ngược lại"* như thế.

Và sự nhận hiểu như trên cũng tất yếu phải dẫn đến kết luận là: *"Câu kinh này có thể đưa tới những hiểu lầm tai hại: Nó bốc tất cả các pháp ra khỏi phạm trù hữu và đặt chúng vào trong phạm trù vô..."* Quả thật, nếu *"không"* ở đây là *"không có, không tồn tại"* thì tất nhiên là tất cả các pháp đều đã bị *"bốc ném"* vào một cái giỏ *không* to tướng!

Nhưng nếu hiểu ý nghĩa *"cái không"* như là *"tánh Không"*, *"tánh thật"* của tất cả các pháp, thì câu kinh vừa trích không hề *"rơi vào chấp không"*, cũng không *"bốc tất cả các pháp ra khỏi phạm trù hữu và đặt chúng vào trong phạm trù vô"*. Vào đời Thanh, Tạ Thừa Mô khi soạn sách *"Bát-nhã tâm kinh dị giải"* có giải thích về câu kinh này như sau:

"Phù chân không thật tướng chi trung, ký vô sinh, diệt, cấu, tịnh, tắc vô ngũ uẩn khả tri hĩ. (夫真空寔相之中。既無生滅垢淨增減。則亦無五蘊可知矣。)

Có thể tạm dịch là: *"Trong chỗ chân không thật tướng vốn đã không có những việc như sinh, diệt, dơ, sạch... tất nhiên cũng không có năm uẩn để có thể nhận biết."*

Như vậy, Tạ Thừa Mô giảng giải ý nghĩa câu kinh này hoàn toàn phù hợp với câu mở đầu *"năm uẩn đều là không"*. Ông đã không nhận hiểu chữ *"không"* là *"không có, không tồn tại"*, mà diễn đạt đó là *"chân không thật tướng"*. Vì thế, ông không hề có *"những hiểu lầm tai hại"* khi đọc hiểu câu kinh này. Có lẽ khi còn chưa thực sự thân chứng được cảnh giới *"năm uẩn đều không"* như Bồ Tát Quán Tự Tại thì ít nhất chúng ta cũng nên nhận hiểu *"nghĩa không"* theo cách như Tạ Thừa Mô, thay vì cho đó là *"rỗng không, không có gì"* để rồi đi đến sự hoài nghi, phê phán kinh văn.

Đây có thể xem là bài học quan trọng cho tất cả những ai muốn tìm hiểu, học hỏi ý nghĩa Tâm kinh: Trước khi muốn hiểu đúng Tâm kinh, nhất thiết phải nhận hiểu đúng được ý nghĩa chữ *"không"* ngay từ câu kinh mở đầu.

Một câu hỏi có thể được nêu lên ở đây là: Vì sao kinh văn không dùng một từ ngữ nào khác rõ nghĩa hơn mà sử dụng chữ *"không"* để rồi người đọc phải hiểu khác hơn ý nghĩa thông thường của nó là *"không có, không tồn tại"*? Câu trả lời ở đây là, tánh Không hay *"khả tính vô hạn"* mà chúng ta đã dài dòng diễn giải như trên vốn là một trạng thái chỉ có thể được chứng nghiệm bằng vào kinh nghiệm tu tập cá nhân, cụ thể là *"hành thâm Bát-nhã ba-la-mật-đa"* như trong kinh đã nói. Khi mô tả trạng thái này cho một người chưa chứng ngộ, kinh văn không thể giới hạn kinh nghiệm chứng ngộ thực tại này vào một khái niệm sẵn có, đơn giản chỉ vì không có bất kỳ khái niệm nào có thể tương ứng với phạm trù vô hạn cần diễn đạt.

Mặt khác, để diễn đạt thực tại siêu việt này, càng không thể đặt ra thêm những khái niệm mới, vì điều đó sẽ càng dẫn người đọc đi xa hơn mà không thực sự đến được với thực tại. Vì thế, lựa chọn duy nhất là chỉ có thể tạm dùng một ý nghĩa được xem như gần nhất với tính chất của thực tại khả tính vô hạn này - đó là nghĩa *"không"*. Và tiếng Phạn đã thêm một tiếp vĩ ngữ theo sau nghĩa *"không"* để diễn đạt hàm ý *"có khả năng vô hạn"* như chúng ta đã tìm hiểu ở phần trên.

Khi nhận hiểu được rằng *"năm uẩn đều không"* là muốn nói đến *"thể tánh"*, *"tự tánh"* hay *"tánh thật"* của năm uẩn chứ không hề phủ nhận sự tồn tại của chúng, ta sẽ có thể tiếp tục đọc phần còn lại của Tâm kinh mà không sợ rơi vào *"những hiểu lầm tai hại"*.

Cũng nên nhớ rằng *sắc uẩn* chỉ là một phần được đề cập đến trước tiên để phủ nhận trong *"chân không thật tướng"*. Trọn câu văn này của Tâm kinh còn nói rộng thêm, nhằm cụ thể hóa ý nghĩa cả *"năm uẩn đều không"* trong câu kinh mở đầu:

"Xá-lợi tử! Sắc bất dị không, không bất dị sắc; sắc tức thị không, không tức thị sắc; thọ, tưởng, hành, thức diệc phục như thị." (色不異空，空不異色；色即是空，空即是色。受、想、行、識，亦復如是。)

Tạm dịch là: *"Này Xá-lợi tử! Sắc [uẩn] chẳng khác với Không, Không cũng chẳng khác với sắc [uẩn]. Sắc [uẩn] chính là Không, Không cũng chính là sắc [uẩn]. Đối với [các uẩn khác như] thọ, tưởng, hành và thức cũng đều như thế."*

Và như vậy, không chỉ là *"sắc tức thị không"* mà cho đến *thọ, tưởng, hành* và *thức* cũng đều là không. Đây chính là ý nghĩa giảng giải của thiền sư Cảnh Sầm khi ngài nói: *"Chỗ chướng ngại chẳng phải tường vách."* (礙處非牆壁 . - Ngại xứ phi tường bích.) Nếu hành giả vướng kẹt nơi *thọ, tưởng hành* hoặc *thức*, thì chỗ vướng kẹt đó rõ ràng không liên quan đến tường cao hào sâu hay bất kỳ hình sắc nào. Hiểu được như vậy, sự tu tập của hành giả sẽ không còn chỉ chú trọng riêng ở việc thoát khỏi hình sắc, đồng thời cũng có thể nhận ra rằng *"cái không"* trong sự quán chiếu tu tập đạt đến thật chẳng phải là rỗng không, không có gì.

Đó chính là dụng ý của thiền sư khi đưa ra một mô tả ở trạng huống ngược lại. Khi hành giả quán chiếu thấy được *"năm uẩn đều không"*, chỗ nhận biết được suốt thông không ngăn ngại, thì đó cũng chẳng phải là hư không rỗng rang không có gì. Thiền sư nói: *"Chỗ suốt thông đừng tưởng hư không."* (通處勿虛空 。- Thông xứ vật hư không.)

"Không vướng nơi hình sắc, chẳng kẹt vào hư không", đó chính là chỗ mà thiền sư mô tả như là một cái nhìn: *"Xưa nay tâm, sắc vốn cũng đồng."* (心色本來同 。- Tâm sắc bản lai đồng.)

Dựa vào những gì đã tìm hiểu được từ câu mở đầu Tâm kinh, đến đây chúng ta cũng có thể chuyển dịch câu kinh này theo những hàm ý đã nhận hiểu được như sau:

"Này Xá-lợi tử!¹ Tánh thật của sắc uẩn không khác với tánh Không như vừa nói trên, và tánh Không cũng không khác với tánh thật của sắc uẩn. Tánh thật của sắc uẩn chính là tánh Không, tánh Không cũng chính là tánh thật của sắc uẩn. Đối với thọ uẩn, tưởng uẩn, hành uẩn và thức uẩn cũng đều như vậy."

Tuy nhiên, cho dù một cách diễn đạt đầy đủ như thế quả thật có giúp chúng ta dễ dàng hơn đôi chút trong việc nhận hiểu ý nghĩa câu kinh thâm diệu này, thì đồng thời nó cũng tạo ra một nguy cơ hình thành những *"khái niệm mới"* để rồi sẽ lập tức đóng khung vào đó cái thực tại vô hạn cần được chứng nghiệm qua sự *"hành thâm Bát-nhã ba-la-mật-đa"* và được tạm mô tả như *"tánh Không"* hay *"tánh thật"* của các pháp. Khi ấy, chẳng những ta sẽ không thể nào hiểu được một cách đúng thật về *"tánh Không"* hay *"tánh thật"* của năm uẩn, mà trái lại còn bị ngăn cách, bị mất đi khả năng tự chứng nghiệm thực tại ấy, đơn giản chỉ vì ta có nguy cơ bám

---

¹ Tên gọi khác của ngài Xá-lợi-phất, vị đệ tử được đức Phật ngợi khen là Trí tuệ đệ nhất trong hàng Thanh văn.

chặt một cách sai lầm vào những khái niệm mới vừa có được.

Chúng ta có thể sử dụng một ví dụ khá quen thuộc với nhiều người học Phật để làm rõ hơn điều này, theo đó thì *tự tánh, thể tánh* hay *tánh thật* của năm uẩn có thể ví như nước biển, và sự hiện khởi của *năm uẩn* được các giác quan nhận biết có thể ví như những con sóng liên tục nhấp nhô nổi lên từ mặt biển. Về mặt hiện tượng, chúng ta luôn quan sát thấy những con sóng được khởi sinh, vươn cao, chuyển động rồi mất đi. Tuy nhiên, về mặt bản thể thì tất cả những con sóng ấy đều khởi sinh từ nước, cùng một thể tánh với nước. Cho nên, câu kinh vừa dẫn trên có thể dùng để diễn đạt trường hợp này như sau:

"[Bản chất của] nước không khác với sóng, [bản chất của] sóng không khác với nước. [Tánh thật của] nước chính là sóng và [tánh thật của] sóng cũng chính là nước."

Như vậy, khi dùng trí tuệ Bát-nhã để quán chiếu sâu xa đến cội nguồn bản thể của thực tại, vị Bồ Tát sẽ tự mình chứng nghiệm sự thật là *"năm uẩn đều không"*. Và cũng không chỉ riêng *năm uẩn*, mà tánh thật của tất cả các pháp cũng đều là *"không"* trong ý nghĩa này - chúng chỉ là những *"con sóng"* nhấp nhô khởi sinh từ *"mặt nước"* tánh Không.

Nhưng cho dù tánh thật của các pháp đều là không, vị Bồ Tát cũng không vì thế mà phủ nhận thế giới hiện tượng vốn đang thực sự hiện hữu trong vòng sinh diệt. Cũng như bản thể của sóng tuy đồng với nước, nhưng một mặt biển êm ả vẫn hoàn toàn khác với những lúc gió to sóng lớn. Ta có thể bơi lội thỏa thích khi trời yên biển lặng, nhưng khi biển động với những cột sóng cao phủ đầu thì ta không thể xem thường, bởi nó có thể dìm chết ta trong đó! Tuy đồng một bản thể, sóng và nước vẫn hoàn toàn khác nhau trong thế giới hiện tượng.

Cũng vậy, tuy quán sát thấy được tánh thật của các pháp

đều là *không*, nhưng vị Bồ Tát không vì thế mà phủ nhận những *"con sóng"* nhân quả, nghiệp lực, vốn luôn hiện hành trong thế giới hiện tượng tương đối. Tuy quán sát thấy tất cả các cõi thiên giới cho đến nhân gian, địa ngục... hết thảy đều là *không*, nhưng vị Bồ Tát vẫn khởi tâm đại từ đại bi sẵn sàng vào địa ngục chịu đựng mọi cực hình để cứu độ chúng sinh. Tuy quán sát thấy hết thảy nghiệp lành, nghiệp dữ đều là *không*, nhưng vị Bồ Tát vẫn tinh tấn tu tập mọi việc lành dù nhỏ nhặt nhất, luôn thận trọng giữ gìn không phạm vào ngay cả những điều xấu ác nhỏ nhặt nhất.

Tính chất song hành của cả hai nhận thức có vẻ trái ngược nhau như trên được đạo Phật diễn đạt như là *chân lý tương đối* (hay *Tục đế*) và *chân lý tuyệt đối* (hay *Chân đế*). Những gì được chúng ta nhận biết qua các giác quan tuy vẫn hiện hữu không thể phủ nhận, nhưng sự tồn tại của chúng là giả tạm, phụ thuộc hoàn toàn vào các nhân duyên khởi sinh cũng như các điều kiện tương quan. Vì thế, bản chất của tất cả các pháp ấy là vô thường, không ngừng thay đổi và tất yếu sẽ đi đến hoại diệt. Nhưng cho dù bản chất của chúng là như thế thì sự hiện hữu của chúng vẫn là có thật, cũng như trong thời gian hiện hữu chúng luôn tác động qua lại với nhau theo những quy luật nhất định. Tất cả những điều ấy tạo thành một hiện thực diễn ra quanh ta, được ghi nhận và phân biệt bởi các giác quan. Đó là một *thực tại tương đối*, được vận hành theo những quy luật cũng tương đối. Và sự nhận biết đúng thật về tất cả những điều đó sẽ đưa ta đến một *chân lý tương đối*.

Mặt khác, sự nhận biết thấu suốt về bản chất của *thực tại tương đối* cho ta thấy được nền tảng căn bản mà từ đó thực tại này đã khởi sinh, thấy được nguyên lý cơ bản nhất mà toàn bộ thực tại luôn vận hành theo đó. Thực tại được nhận biết một cách thấu triệt và toàn diện đến tận cội nguồn khởi sinh của vạn pháp được tạm gọi là *thực tại tuyệt đối*. Tên gọi này cũng chỉ mang tính gợi mở và hoàn toàn không phải một khái niệm đầy đủ để diễn đạt thực tại tuyệt đối, vốn chỉ có thể và cần phải được chứng nghiệm trực tiếp bằng sự tu tập trí tuệ Bát-nhã, tức là *"hành thâm Bát-nhã ba-la-mật-đa"* như trong kinh đã dạy.

Nói một cách dễ hiểu hơn, sự thật tất yếu được nhận ra trong đời sống thực tiễn quanh ta được gọi là *chân lý tương đối* hay *Tục đế*, nghĩa là những sự thật giới hạn trong phạm vi đời sống thế tục. Sự thật ấy bao gồm những điều hiển nhiên mà ai trong chúng ta cũng phải trải qua như sinh, lão, bệnh, tử... Nó cũng bao gồm cả sự vận hành theo luật nhân quả, chẳng hạn như những nghiệp được tạo ra như thế nào sẽ dẫn đến những kết quả như thế nào...

Tuy nhiên, *chân lý tương đối* hay *Tục đế* chỉ đúng về mặt hiện tượng, thông qua sự nhận biết và phán đoán của chúng ta, nên đó không phải là bản chất rốt ráo hay *tánh thật* của thực tại. Khi quán chiếu *thực tại tương đối* bằng trí tuệ *Bát-nhã* thông qua sự tu tập pháp môn *Bát-nhã ba-la-mật-đa*, hành giả sẽ tự mình chứng nghiệm được bản chất rốt ráo hay tánh thật của tất cả các pháp và đạt được *chân lý tuyệt đối* hay *Đệ nhất nghĩa đế*, cũng gọi là *Chân đế*, tức là những sự thật vượt ngoài phạm trù đời sống thế gian, thuộc phạm trù xuất thế gian. *Chân lý tuyệt đối* hay *Đệ nhất nghĩa đế* cũng được mô tả trong Tâm kinh như là *"tướng Không của các pháp"* trong câu kinh tiếp theo như sau:

Xá lợi tử! Thị chư pháp không tướng bất sanh bất diệt, bất cấu bất tịnh, bất tăng bất giảm. (舍利子！是諸法空相，不生不滅，不垢不淨，不增不減。)

Tạm dịch: *"Này Xá-lợi tử! Vì thế nên tướng Không của các pháp vốn không sanh không diệt, không dơ không sạch, không thêm không bớt."*

Câu kinh này quét sạch mọi giá trị nhận thức phân biệt mà chúng ta đã tích lũy từ các giác quan thông thường. Và sự phủ nhận này là kết quả tất yếu phải có được từ công phu *"hành thâm Bát-nhã ba-la-mật-đa"* vừa được nêu rõ trong câu mở đầu. Khi được soi chiếu dưới ánh sáng của trí tuệ Bát-nhã, những giá trị mà ta vẫn tưởng chừng như chắc thật, thường hằng bỗng trở thành hư huyễn, giả tạm và xét đến cùng đều là rỗng không, không thật. Việc quét sạch đi những giá trị không thật này trong nhận thức chính là sự dọn đường cho tánh thật của vạn pháp hiển bày, cũng như khi nhìn xuyên qua những con sóng nhấp nhô, ta mới thấy được bản chất thực sự của chúng chính là mặt nước mênh mông trải rộng.

Và kết quả của tiến trình nhận ra bản chất thực tại được giảng giải sâu hơn vào chi tiết trong câu kinh tiếp theo với những hệ quả phủ nhận tất yếu:

"Thị cố không trung vô sắc, vô thọ, tưởng, hành, thức; vô nhãn, nhĩ, tị, thiệt, thân, ý; vô sắc, thanh, hương, vị, xúc, pháp; vô nhãn giới, nãi chí vô ý thức giới; vô vô minh diệc vô vô minh tận; nãi chí vô lão tử diệc vô lão tử tận; vô khổ, tập, diệt, đạo; vô trí diệc vô đắc." (是故空中無色、無受、想、行、識；無眼、耳、鼻、舌、身、意；無色、聲、香、味、觸、法；無眼界，乃至無意識界；無無明亦無無明盡，乃至無老死亦無老死盡；無苦、集、滅、道；無智亦無得。)

Tạm dịch: *"Vì thế, trong tánh Không chẳng có sắc [uẩn], chẳng có thọ [uẩn], tưởng [uẩn], hành [uẩn], thức [uẩn]; chẳng có [các giác quan như] mắt, tai, mũi, lưỡi, thân, ý; chẳng có [các đối tượng để giác quan nhận biết như] hình sắc, âm thanh, mùi hương, vị nếm, sự xúc chạm, các pháp; chẳng có các phạm trù [tiếp xúc giữa] mắt [với hình sắc] cho đến phạm trù [tiếp xúc giữa] ý thức [với các pháp]; chẳng có [cả Mười hai nhân duyên như từ] vô minh và sự chấm dứt của vô minh cho đến già chết và sự chấm dứt của già chết; chẳng có [cả Bốn chân đế như] khổ đau, nguyên nhân của khổ đau, sự chấm dứt khổ đau và con đường đưa đến sự chấm dứt khổ đau; chẳng có trí tuệ cũng chẳng có sự chứng đắc."*

Đối tượng phủ nhận trong đoạn kinh văn này là toàn bộ thế giới hiện tượng được chúng ta nhận biết trong từng giây phút qua sự tiếp xúc giữa căn với trần, qua đó hình thành tất cả mọi sự nhận biết, phân biệt... Khi trí tuệ Bát-nhã đã soi rọi giúp ta thấy được những giá trị nhận biết phân biệt đó đều là hư huyễn, không phải tánh thật của thực tại, thì cho đến cả Mười hai nhân duyên cũng chỉ là những giá trị được tạm thời dựng lên trong bộ khung hư huyễn không thật ấy, nên tự chúng cũng không còn tồn tại dưới sự quán chiếu sâu xa đến tận nguồn cội là tánh Không. Vì thế, tuy kinh văn phủ nhận toàn bộ thế giới hiện tượng, nhưng chỉ là sự phủ nhận "trong tánh Không", nghĩa là dưới cái nhìn của vị hành giả đã chứng ngộ được tánh thật của tất cả các pháp. Và dưới cái nhìn thấu triệt đó thì ngay cả những điều như khổ, tập, diệt đạo cho đến trí tuệ hay sự chứng đắc cũng đều không tồn tại.

Và như đã nói, sự phủ nhận các giá trị nhận thức phân biệt sai lầm về thế giới hiện tượng chính là sự dọn đường cho hành giả bước vào cảnh giới giác ngộ, nên câu kinh tiếp theo mô tả việc đạt đến giác ngộ như sau:

"Dĩ vô sở đắc cố, Bồ-đề-tát-đỏa y Bát-nhã ba-la-mật-đa cố, tâm vô quái ngại; vô quái ngại cố, vô hữu khủng bố, viễn ly điên đảo mộng tưởng, cứu cánh Niết-bàn." (以無所得故，菩提薩埵依般若波羅蜜多故，心無罣礙；無罣礙故，無有恐怖，遠離顛倒夢想，究竟涅槃。)

Tạm dịch: *"Do nhận thức được rằng không có sự chứng đắc nên Bồ Tát y theo pháp môn Bát-nhã ba-la-mật-đa và đạt đến tâm thức thông suốt không còn chướng ngại; nhờ tâm thức không chướng ngại nên không có sự sợ sệt hoảng hốt, xa* lìa những mộng ảo suy tưởng trái ngược với sự thật, rốt ráo đạt đến Niết-bàn."

Niết-bàn là cảnh giới tịch tĩnh, chấm dứt hoàn toàn mọi khổ đau của sinh tử luân hồi. Đây chính là mục tiêu tối hậu của con đường tu tập, là *"bờ bên kia"* để người tu tập hướng đến trong suốt tiến trình tu tập. Tâm kinh đã nêu lên ngay từ đầu rằng phương thức để đạt đến mục tiêu này chính là việc thực hành pháp môn *Bát-nhã ba-la-mật-đa*. Nội dung đoạn kinh văn này chỉ nhắc lại để khẳng định và giải thích rõ hơn điều đã nói. Vì thế, chúng ta có thể xác tín rằng việc nhận hiểu đúng câu kinh mở đầu - với điểm cốt yếu là nghĩa *"không"* trong đó - chính là yếu tố quyết định đầu tiên để tiếp nhận ý nghĩa Tâm kinh. Việc nhận hiểu sai về nghĩa *"không"* tất yếu cũng sẽ dẫn đến nhận hiểu sai lệch toàn bộ bản kinh này.

Phần yếu nghĩa tiếp theo trong câu mở đầu của Tâm kinh chính là mối tương quan giữa sự nhận biết *"năm uẩn đều không"* với việc *"vượt qua hết thảy mọi khổ ách"*. Vì sao nhận biết *"năm uẩn đều không"* có thể giúp ta *"vượt qua khổ ách"*? Dưới đây chúng ta thử tìm hiểu xem liệu mối tương quan này sẽ được biểu hiện cụ thể như thế nào trong cuộc sống hay chỉ là những kết quả nhận thức giới hạn trong thiền định?

Trong khi cảnh giới chứng ngộ viên mãn chỉ có thể được trực tiếp thể nghiệm nhờ vào sự *"hành thâm Bát-nhã ba-la-mật-đa"* thì sự nhận hiểu một phần ý nghĩa "tánh Không" - của *năm uẩn* nói riêng và vạn pháp nói chung - vẫn thực sự giúp ta giảm nhẹ rất nhiều khổ đau trong cuộc sống. Vì thế, trong tiến trình tu tập hướng đến *"vượt qua hết thảy mọi khổ ách"* thì trước hết chúng ta cũng sẽ tức thời nhận được những kết quả đầu tiên là giảm nhẹ khổ đau. Kết quả tích cực này có được trước hết chính là nhờ vào sự thay đổi nhận thức đối với sự vật, từ đó làm thay đổi cung cách ứng xử cũng như cảm nhận của chúng ta.

Chuyển biến đầu tiên trong tiến trình này là sự nhận biết và chấp nhận tính chất song hành của cả Tục đế và Chân đế. Thay vì tuyệt đối hóa những định kiến, khái niệm về sự vật như những khuôn mẫu bất biến, ta sẽ nhận ra tính chất tương đối và duyên hợp của chúng trong phạm trù Tục đế. Thay vì say mê tham đắm đối với những gì khiến ta hài lòng thích ý và chán ghét né tránh đối với những gì trái ý phiền lòng, ta có thể bình tâm nhìn lại và truy vấn đến những giá trị thực sự của chúng, đến những nguyên nhân đã khiến ta hài lòng hay phật ý.

Một điều hết sức thú vị ở đây là, những tâm niệm không ngừng sinh khởi của ta lại rất giống với những bong bóng xà phòng thuở nhỏ ta vẫn hay chạy đuổi theo sau khi thổi ra, tuy có vẻ ngoài thật sặc sỡ và to lớn, nhưng khi ta vừa đuổi kịp và chạm vào thì chúng lập tức vỡ tan không còn lại gì cả. Cũng vậy, khi ta mải miết chạy đuổi theo những tâm niệm tham muốn, vui buồn, thương ghét... không ngừng sinh khởi trong từng giây phút, thì chúng luôn có vẻ như hết sức chắc thật và đầy ý nghĩa. Nhưng khi ta có thể dừng lại để tĩnh tâm sâu lắng và quán sát chúng một cách khách quan, chúng lập tức tan biến thành những niệm tưởng rời rạc, mong manh và vô nghĩa. Khi có thể giữ tâm an định sáng suốt dù chỉ trong một thời gian ngắn, ta sẽ bắt đầu thấy khởi lên trong ta những nghi vấn mới thay vì mải miết chạy đuổi theo những tâm hành phiền não: *Vì sao ta lại tham muốn, vui buồn, thương ghét... đối với những điều như thế khi bản chất thực sự của chúng chỉ là vô thường, giả tạm?*

Khi nhận biết tính chất vô thường và giả tạm do duyên hợp, ta sẽ có khả năng tiếp cận những vấn đề "nghiêm trọng" với một tâm thái bình thản hơn, bởi phía sau lớp vỏ "nghiêm trọng" tưởng như vô cùng kiên cố của sự việc, ta thấy được tính chất giả tạm, mong manh và không ngừng chuyển biến phụ thuộc vào nhân duyên của bất kỳ sự vật nào.

Mặt khác, khi nhận ra sự thôi thúc khởi sinh từ những tâm niệm tham lam hay sân hận, ganh ghét, đố kỵ... ta cũng luôn có được khả năng ứng xử sáng suốt hơn. Ta thấy được nguyên do đã dẫn đến những sự thôi thúc ấy và cũng nhận ra được tính chất vô lý, giả tạm của chúng. Nhờ đó, sức mạnh thôi thúc của tham lam hay sân hận... không thể khống chế, sai xử hoàn toàn khuynh hướng ứng xử của ta như trước. Thay vì vậy, ta có nhiều khả năng hơn trong việc kiểm soát chúng và cân nhắc mọi hành vi ứng xử của bản thân một cách bình tĩnh, sáng suốt hơn.

Nhận ra sự tồn tại song hành của Tục đế và Chân đế, chúng ta hiểu được tính chất vô thường, mong manh và giả tạm của sự vật nhưng không phủ nhận sự hiện hữu của chúng trong thế giới hiện tượng; ta nhận hiểu bản chất rốt ráo của tất cả các pháp đều là *"không"* nhưng không phủ nhận các giá trị tương đối như *đúng-sai, thiện-ác, tốt-xấu...* cũng không phủ nhận nguyên lý nhân quả, vì tất cả những điều ấy vẫn đang vận hành không sai lệch trong thế giới hiện tượng; ta quán chiếu rằng trong cảnh giới chứng ngộ rốt ráo hoàn toàn không có những điều như Tứ đế, Thập nhị nhân duyên... cho đến không có cả trí tuệ hay sự chứng đắc, nhưng vẫn phát tâm Bồ-đề, nguyện thành quả Phật, tinh tấn tu tập sáu ba-la-mật, thực hành hết thảy mọi việc lành, tránh xa hết thảy mọi việc ác, khởi tâm đại từ đại bi đối với tất cả chúng sinh, vì ta biết rằng nếu không có tiến trình ấy thì sẽ không do đâu có thể đạt đến sự chứng ngộ rốt ráo...

Như vậy, tuy mọi việc dường như vẫn bình thường không hề thay đổi sau khi ta nhận biết được "tánh Không" của các pháp, nhưng thay đổi thực sự đã diễn ra từ trong nhận thức của ta về mọi sự vật. Những nguyên nhân làm khởi sinh các tâm hành phiền não đã bị ta nhìn rõ và soi chiếu ánh sáng trí tuệ vào làm tan biến đi sức mạnh của chúng. Từ những cám dỗ thông thường như ăn ngon, mặc đẹp... cho đến những điều to tát hơn như công danh, sự nghiệp, quyền lực... khi nhận biết rõ bản chất rốt ráo của chúng đều là giả tạm và phụ thuộc vào nhân duyên, thì những giá trị "bề mặt" của chúng sẽ không còn lôi cuốn, hấp dẫn ta một cách quá mạnh mẽ như trước.

Do nhận hiểu được tính tương đối của tất cả những giá trị này nên tuy vẫn sử dụng đến chúng trong đời sống nhưng ta sẽ không quá vướng mắc, tham đắm. Sự buông xả này giúp ta có được một tâm thức nhẹ nhàng và tự do hơn rất nhiều. Đây chính là nguyên nhân giúp ta ngăn chặn được ngay từ đầu sự sinh khởi của hết thảy mọi tâm hành phiền não như tham muốn, ghét giận, buồn rầu, lo lắng...

Và khi các phiền não không còn liên tục sinh khởi một cách mạnh mẽ do sự thôi thúc, cuốn hút từ ngoại duyên, nội tâm ta sẽ ngày càng được an tịnh hơn, sáng suốt hơn. Nhờ đó, những nỗi khổ mà ta thường xuyên phải gánh chịu trong đời sống sẽ giảm nhẹ đi rất nhiều, đồng thời cũng tạo điều kiện cho sự tu tập hành trì của chúng ta ngày càng dễ dàng hơn để hướng đến mục tiêu thấy được *"năm uẩn đều không"* và từ đó *"vượt qua hết thảy mọi khổ ách"*.

Đến đây, chúng ta đã có thể thấy rằng *"tánh Không"* thật ra hoàn toàn không phải một khái niệm siêu hình hay mơ hồ khó nắm bắt. Trong phạm vi giới hạn của tri thức khái niệm thế gian và những quy ước của ngôn ngữ, chúng ta phải chấp nhận một sự thật là ta chỉ có thể thực chứng hay trực nghiệm được *"tánh Không"* một cách rốt ráo viên mãn thông qua sự tu tập đạt đến giác ngộ. Và trước thời điểm giác ngộ thì mọi sự biện giải hay lập luận, cho dù có dựa theo Kinh văn, cũng đều chỉ là những mô phỏng mang tính chất gợi mở tương đối như ngón tay chỉ về mặt trăng, tuy có thể giúp ta nhận biết hướng đi nhưng lại hoàn toàn không phải là bản thân cảnh giới giác ngộ. Nếu dựa vào những nhận thức, tri kiến như trên để tự cho là mình đã hiểu được tánh Không thì đó sẽ là một sai lầm rất lớn. Giống như người chưa nếm quả thanh trà thì cho dù có hiểu biết cặn kẽ về bao nhiêu đặc điểm của loại trái cây này, cũng vẫn chưa thể biết được mùi vị thực sự của nó là thế nào. Cũng vậy, "tánh Không" chỉ là một tên gọi tạm dùng để chỉ đến một trạng thái chứng ngộ vượt ngoài phạm trù tư duy ngôn ngữ, và một khi hành giả còn chưa tự mình đạt đến cảnh giới ấy qua công phu tu tập *"hành thâm Bát-nhã ba-la-mật-đa"* như Kinh văn đã dạy, thì bất kỳ một sự mô tả nào cũng đều nằm trong phạm trù ước lệ mà thôi, không thể giúp ta thực sự thấu hiểu được "tánh Không".

Cách duy nhất để biết được mùi vị quả thanh trà là phải tìm được một quả và tự mình nếm thử. Cũng vậy, cách duy nhất để nhận hiểu đầy đủ về "tánh Không" là phải tu tập trí tuệ Bát-nhã đạt đến sự chứng nghiệm tự thân.

Tuy nhiên, cho dù mọi sự biện giải như trên đều không thể giúp ta chứng nghiệm được *"tánh Không"* nhưng ít ra nó cũng giúp ta có được lợi lạc từ việc tụng đọc Tâm kinh mỗi ngày mà không mắc phải *"những hiểu lầm tai hại"*, nhất là không rơi vào chỗ hoài nghi và cho rằng kinh văn có sự mâu thuẫn hay sai lầm.

Khi còn chưa thân chứng được cảnh giới giác ngộ, chưa tự mình thấy được *"năm uẩn đều không"* qua công phu *"hành thâm Bát-nhã ba-la-mật-đa"*, thì việc tụng đọc Tâm kinh mỗi ngày với sự hoài nghi ý nghĩa kinh văn như thế sẽ vô cùng tai hại. Ngược lại, nếu có thể nhận hiểu được phần nào *"nghĩa Không"* theo hướng không hề phủ nhận sự tồn tại của thế giới hiện tượng, chúng ta sẽ dễ dàng hơn trong việc hướng đến sự hoàn thiện bản thân mình và mang lại lợi lạc nhiều hơn cho mọi người quanh ta, cũng như giảm nhẹ được rất nhiều khổ đau khởi sinh từ những kiến chấp sai lầm về thực tại.

Thường và vô thường

Có người bảo tôi rằng: "Đức Phật dạy tất cả các pháp thế gian đều vô thường, nhưng nếu tất cả đều vô thường thì chính cái vô thường đó phải chăng đã là một yếu tố rất thường?" Nghe qua có vẻ như cũng hợp lý, và như vậy thì ngay trong phát biểu "tất cả đều vô thường" dường như đã hàm chứa một nội hàm mâu thuẫn với chính nó?

Thật ra, vấn đề nằm ở chỗ là chúng ta đang quán xét đối tượng theo cách nào và nhận hiểu như thế nào là "thường". Chẳng hạn, cùng một thắc mắc như trên cũng có thể được áp dụng cho những yếu tố như khổ đau, phiền não... Từ vô thủy đến nay, chúng sinh vẫn luôn đau khổ, vẫn luôn đắm chìm trong phiền não, vậy chẳng phải khổ đau và phiền não cũng là những yếu tố rất "thường" đó sao? Nhưng chắc chắn khi thuyết dạy về tính chất vô thường của vạn pháp, đức Phật đã không hề có ý muốn phủ nhận việc khổ đau hay phiền não là "thường" theo ý nghĩa này.

"Thường" hay "vô thường" không phải là kết quả phân biện từ câu chữ. Đó là một tính chất, một trạng thái có thật trong đời sống và mỗi chúng ta phải tự mình cảm nhận, tiếp xúc với nó thì mới có khả năng nhận hiểu được. Trong phạm vi của sự biện giải ngôn từ, chúng ta thường dựa vào các yếu tố thời gian và sự bền bỉ để nói lên tính chất "thường" của một đối tượng. Những yếu tố đó có thể cân đong đo đếm hay ước lượng, nhưng chúng chỉ là những giá trị tương đối. Vì thế, sự nhận biết của chúng ta về một tính chất "thường" như thế luôn nằm trong phạm trù tương đối.

Chẳng hạn, mỗi ngày đi qua con đê ta vẫn "thường" nhìn thấy ruộng lúa xanh tốt, nhưng thật ra thì ruộng lúa ấy chỉ tồn tại không quá một chu kỳ sinh trưởng xấp xỉ ba tháng.

Trong ba tháng ngắn ngủi ấy, nó vẫn luôn thay đổi, chuyển biến trong từng ngày, từng giờ, nhưng ta không lưu ý nhận biết được...

Khi quãng thời gian tồn tại của một đối tượng càng kéo dài, ta càng khó nhận biết tính chất vô thường của nó hơn. Nhìn một quả núi, một dòng sông... ta không hề nghĩ rằng rồi chúng sẽ thay đổi hay thậm chí là mất đi. Nhưng trong thực tế, khoa học đã ghi nhận không ít những trường hợp "thế gian biến cải vũng nên đồi", những con sông đổi dòng chảy, những ngọn núi chìm sâu trong lòng biển... Vì những thay đổi ấy diễn ra trong một quãng thời gian quá dài so với đời sống của ta nên hầu như ta không có khả năng trực nhận được chúng.

Tuy nhiên, cho dù khó nhận biết đến đâu thì những thay đổi, chuyển biến thuộc loại này vẫn chỉ là một khía cạnh trong ý nghĩa vô thường do Phật thuyết dạy, hơn nữa còn được xem là thuộc loại vô thường "thô", nghĩa là thô kệch, dễ nhận biết, bởi chúng diễn ra trong phạm vi mà ta có thể quan sát, đo lường được. Còn có một sự vô thường tinh tế, khó nhận biết hơn rất nhiều. Đó là sự vô thường nằm ngay trong những tâm niệm của ta. Chúng liên tục sinh khởi và mất đi trong từng giây ngắn ngủi. Nhưng cũng giống như những hình ảnh tiếp nối khi ta xem phim hoạt hình, sự thay đổi quá nhanh chóng khiến ta có cảm giác như đó là một hình ảnh đang chuyển động chứ không phải nhiều hình ảnh rời rạc tiếp nối nhau.

Các niệm tưởng hay cảm xúc của ta cũng vậy. Chúng khởi sinh và mất đi trong từng sát-na hết sức ngắn ngủi, nhưng sự tiếp nối không gián đoạn của chúng làm cho ta có cảm giác như đó là một chuỗi suy tư hay cảm giác liên tục và bền chắc. Điều đó khiến ta luôn nhận thức một cách sai lầm về chúng như là những yếu tố bền chắc, kiên định.

Chỉ khi nào ta có sự dừng lại, nghĩa là dành một thời gian để tĩnh tâm quán chiếu chính nội tâm mình, ta mới có khả năng nhận ra tính chất rời rạc, mong manh, liên tục sinh khởi rồi mất đi của từng niệm tưởng hay cảm xúc. Giống như việc quay chậm lại từng hình ảnh riêng lẻ của một đoạn phim có thể giúp ta nhận biết chi tiết của mỗi một hình ảnh, thay vì chỉ nhận biết về chúng như một hình ảnh duy nhất đang chuyển động trên màn hình, sự tĩnh tâm quán chiếu cũng sẽ giúp ta nhận diện được từng niệm tưởng, cảm xúc, thấy rõ được nguyên nhân khởi sinh và diệt mất của chúng. Và những nhận thức đúng thật này có khả năng thay thế, phá tan đi nhận thức sai lầm trước đây rằng niệm tưởng, cảm xúc của ta là những yếu tố bền chắc, kiên định.

Nhưng nhận thức đúng thật như vậy sẽ có ý nghĩa gì? Trước hết, chúng giúp ta thấy được tính chất mong manh, không bền chắc và liên tục thay đổi, hoại diệt của mọi sự vật cũng như ngay cả những ý niệm nhận biết về các sự vật đó trong tâm thức ta. Tính chất mong manh và liên tục thay đổi này là ý nghĩa thực sự của vô thường. Và khi hiểu được như thế, ta sẽ không còn nghi ngại rằng *"sự vô thường chính là một yếu tố rất thường"*. Hoàn toàn không phải vậy, đơn giản chỉ vì chúng ta có thể thấy rõ rằng bản thân sự vô thường đó cũng mong manh và liên tục thay đổi trong từng sát-na, nên chúng không có gì bền chắc, kiên định để có thể được xem là *"thường"*. Tương tự, khổ đau và phiền não mà tất cả chúng sinh đang đắm chìm trong đó từ vô thủy đến nay cũng không phải là *"thường"*, vì chúng cũng mong manh và liên tục thay đổi, không có gì bền chắc, kiên định. Điều tất nhiên là sự nối tiếp của những yếu tố mang tính chất vô thường thì không thể tạo nên một yếu tố *"thường"*.

Trong cuộc sống, điều chúng ta phải thường xuyên đối mặt nhiều nhất chính là sức mạnh của những tình cảm, cảm xúc. Chúng thường xuyên khống chế, sai sử ta theo cách này hay cách khác, khiến cho mọi suy nghĩ, lời nói và hành vi của ta trở thành sự phản ánh của chúng thay vì thực sự là những suy nghĩ, lời nói và hành vi do chính ta quyết định dựa vào sự suy xét sáng suốt. Chẳng hạn, khi một cơn giận bùng lên trong ta thì mọi suy nghĩ, lời nói và hành vi của chúng ta sẽ chỉ còn là sự thể hiện cơn giận ấy ra bên ngoài mà thôi. Tương tự, khi một người rơi vào cảm xúc luyến ái mạnh mẽ với một người khác phái, tất cả những gì người ấy làm dường như chỉ là để thỏa mãn sự luyến ái đó. Và cũng đã có không ít những trường hợp người ta phải đầu hàng trước những cảm xúc mạnh mẽ đến nỗi hoàn toàn tuyệt vọng và thậm chí đi đến tự kết liễu cuộc đời mình. Những người tự vẫn vì thất tình, vì thất bại trong sự nghiệp, hoặc vì phẫn uất, đau khổ... đều là vì đã không còn đủ sức kháng cự với những cảm xúc phiền não tràn ngập trong tâm thức họ. Ở mức độ nhẹ hơn, người ta có thể phải đắm chìm trong một cuộc sống khổ đau kéo dài chỉ vì họ không biết làm sao đối trị với những phiền não tưởng chừng như hiện hữu thường trực trong lòng họ.

Nhưng cảm xúc phiền não thật ra không bền chắc và mạnh mẽ đến mức như thế. Sự mạnh mẽ và bền chắc của cảm xúc là do chính ta đã tạo ra bằng nhận thức sai lầm của mình. Khi ta nhận thức về chúng như những thực thể kiên định, bền chắc, chúng sẽ khống chế mọi suy nghĩ, lời nói và hành vi của ta bằng chính sức mạnh ta đã trao cho chúng. Đây là lý do vì sao ta luôn bị cảm xúc khống chế, bởi ta không thể nào chế ngự được một đối thủ đang sử dụng sức mạnh của chính ta. Chỉ có một cách duy nhất để làm đảo ngược tình thế, đó là thay đổi từ nhận thức của chính mình. Khi nhận ra được bản chất thực sự của mọi cảm xúc đều là vô thường, liên tục sinh khởi và diệt mất đi trong từng sát-na, ta sẽ tước bỏ đi tính chất bền chắc giả tạo và sức mạnh mà chính ta đã trao cho chúng. Mỗi một cảm xúc hay niệm tưởng đều sẽ hiện nguyên hình chỉ như một gợn sóng trên mặt hồ mênh mông, hết sức mong manh và ngắn ngủi, bởi chúng liên tục sinh ra và diệt đi mà không cần đến bất kỳ tác động nào từ bên ngoài. Khi ta nhận rõ được từng cảm xúc ngắn ngủi, thì một chuỗi dài của những cảm xúc ấy hợp lại cũng không còn là bền chắc và mạnh mẽ đối với ta. Vì thế, chúng không còn khả năng khống chế, sai sử ta như trước.

Không chỉ là trong những tâm niệm của ta, mà sự vô thường vi tế cũng có mặt cả trong mọi vật thể. Bất kỳ một sự vật nào sau khi sinh ra cũng đều bắt đầu trải qua tiến trình đi dần đến hoại diệt. Sự hoại diệt ấy không phải đợi đến một thời điểm nào đó mới xuất hiện, mà nó luôn diễn ra liên tục trong từng sát-na. Ngay cả những phân tích khoa học khách quan cũng có thể cho chúng ta thấy rõ điều đó. Các phân tử vật chất không tức thời mất đi, mà chúng liên tục trải qua một tiến trình hướng đến sự tan rã ngay trong lúc chúng đang tồn tại. Đó là một sự thật. Ngay cả những tế bào trong thân thể này của ta cũng đang thay đổi trong từng giây phút: những tế bào già cỗi chết dần đi và những tế bào mới liên tục sinh ra. Tiến trình đó diễn ra không gián đoạn nhưng chúng ta hoàn toàn không nhận biết được. Khi ta thấy một người chết đi thì đó là cái chết "toàn diện, cuối cùng", nhưng đối với cái chết "từng phần, liên tục" của con người ấy trong từng giây phút ngay khi đang sống thì ta hoàn toàn không nhận biết.

Vì thế, khi ta nói rằng tất cả sự vật có sinh đều có diệt, thì điều đó không chỉ có nghĩa rằng đến một lúc nào đó, cuối cùng rồi chúng sẽ hoại diệt, mà thật ra là chúng đang hoại diệt trong từng giây phút.

Nhận biết tính chất vô thường của sự vật cũng giúp ta giải thoát khỏi nhiều trói buộc trong đời sống theo một ý nghĩa khác. Chúng ta tham đắm, bám chấp vào một hay nhiều đối tượng trong đời sống chỉ vì ta nhìn thấy chúng như những thực thể bền chắc, có giá trị lâu dài. Cho dù đó là một ngôi nhà lớn, một chiếc xe hơi đời mới hay danh vọng của một người được tôn kính... tất cả những thứ đó đều được ta nhận thức như những đối tượng đang và sẽ tồn tại với giá trị lâu dài, do đó ta nghĩ rằng chúng sẽ có khả năng mang lại cho ta sự thỏa mãn, hạnh phúc.

Liệu những thứ ấy có thực sự mang lại hạnh phúc cho ta hay không, điều đó hãy khoan bàn đến, nhưng tiến trình nỗ lực để có được chúng hoặc duy trì chúng sau khi có được bao giờ cũng là một tiến trình vô vọng. Vì sao? Đó là vì tính chất mong manh, giả hợp của những thứ ấy không phải là điều ta mong muốn, nhưng thực tế lại luôn diễn ra như thế. Bất kỳ thành quả vật chất nào ta có được sau nhiều nỗ lực, cuối cùng rồi cũng đều đổi thay, hoại diệt. Do nhận thức sai lầm không thấy được tính chất vô thường bao trùm lên chúng, nên ta tất yếu phải rơi vào sự khổ đau, bất toại nguyện vì thực tại luôn đi ngược với mong muốn của ta.

Khi nhận biết được đúng thật về tính vô thường của mọi sự vật, ta sẽ có một thái độ, khuynh hướng ứng xử đúng đắn hơn. Sự tham luyến sẽ không thể khởi lên mạnh mẽ như trước, cũng như sự tiếc nuối, khổ đau vì mất mát cũng không còn động lực để sinh khởi. Ta có thể chấp nhận những thực tế xảy đến với ta đúng thật như tính chất của chúng là vô thường, mong manh, không bền chắc.

Tuy nhiên, trong thực tế thì sự nhận biết về vô thường sẽ có rất ít tác dụng nếu như ta chỉ dừng lại trên bình diện tri thức, nghĩa là một sự nhận hiểu qua ngôn từ biện giải. Như đã nói, vô thường là một tính chất rất thật, và nếu quả thật ta có sự tu tập hành trì quán chiếu về nó, thì đến một lúc nào đó ta sẽ trực nhận được tính chất vô thường không phải qua những những lý luận phân tích nữa, mà là một sự trực nhận giống như khi ta cảm nhận sức nóng của mặt trời ban trưa hay cảm nhận sự mát mẻ trong một làn gió nhẹ. Mọi sự mô tả sẽ không còn ý nghĩa, bởi chúng đều có giới hạn và không bao giờ nói hết được về thực tại. Chỉ với sự trực nhận không còn thông qua ngôn từ mô tả, ta mới thực sự hiểu được tính chất của vô thường. Ngay khi ấy, ta cũng không có khả năng mô tả lại rõ ràng hơn với người khác, mà chỉ có thể biết là như thế, như thế...

Sự trực nhận ý nghĩa vô thường cũng có thể đến với một người vào thời điểm mà mọi ngôn từ diễn đạt đều không còn tác dụng, và tư duy phân tích biện giải bị đẩy vào tận cùng của sự bế tắc. Chẳng hạn, khi đứng bên xác chết của một người thân vừa mất đi, sự đau đớn cùng cực trong lòng ta không thể nào bày tỏ, diễn đạt, và mọi ý nghĩa về vô thường mà trước đó ta đã từng quán chiếu bỗng trở thành vô nghĩa. Ngay khi ấy, ta rất có thể sẽ bừng hiểu ra vô thường là như thế, như thế...

Và việc đạt đến một trạng thái nhận thức về thực tại "như thế, như thế...", vượt ngoài mọi khả năng mô tả, diễn đạt bằng ngôn từ, mới chính là mục đích cao nhất của sự tu tập Phật pháp.

Ta là ai?

Câu hỏi nhức nhối này hẳn phải được nêu ra từ thuở hồng hoang, khi con người lần đầu tiên ý thức được sự hiện hữu của mình trong cuộc sống. Và trong phạm vi đời sống của mỗi chúng ta, dường như nó đã khởi sinh từ một lúc nào đó rất sớm mà ít khi ta còn nhớ được, để rồi vẫn tiếp tục đeo đuổi ta một cách dai dẳng cho đến tận cuối đời. Ta là ai mà đến và đi trong cuộc đời này nhưng không tự biết được nguyên nhân và mục đích? Ta là ai mà từ chỗ không có gì bỗng nhiên hiện hữu như một sinh thể đầy khát vọng? Ta là ai mà cuối cùng rồi phải từ bỏ cuộc đời này như một điều tất yếu trong khi vẫn còn tha thiết thương yêu luyến mến? Tại sao ta được sinh ra? Tại sao ta phải chết đi? Tại sao và tại sao...

Nếu không trả lời những câu hỏi đại loại như trên, chúng ta sẽ không thể hiểu được ý nghĩa sự hiện hữu của chính mình trong cuộc sống, cũng không thể hiểu được ý nghĩa của những việc mình làm, của những nỗ lực dù là để hướng đến một đời sống cao thượng hay chỉ để bon chen tranh giành một cuộc sống tốt hơn...

Tuy nhiên, có nhiều cách khác nhau để trả lời cho một câu hỏi. Chẳng hạn, câu trả lời có thể là đưa ra nội dung người hỏi muốn biết. Những người nỗ lực trả lời theo cách này tự dựng lên một hình tượng nào đó đã tạo ra con người, chẳng hạn như cho rằng con người do Thượng đế sinh ra, được tạo ra từ quyền năng của Thượng đế... Nếu chấp nhận điều đó, có nghĩa là ta đã có câu trả lời cho những câu hỏi nêu trên, và nếu cần nêu thêm những câu hỏi liên quan khác nữa, có thể ta phải đợi đến lúc nào... gặp được Thượng đế.

Nhưng dường như văn minh nhân loại vào thế kỷ 21

này không còn chấp nhận được những câu trả lời giàu tưởng tượng đến như thế. Chúng ta cần một cách nhận thức nào đó hợp lý hơn để không bế tắc vì thấy mình đang sống một đời vô nghĩa, chỉ đợi đến lúc ra đi mà không hiểu được nguyên nhân vì sao, cũng chẳng biết được rồi mình sẽ đi về đâu...

Như vậy, xem như nỗ lực trả lời theo cách đưa ra nội dung người hỏi muốn biết đã thất bại. Cách trả lời khác hơn là quay sang phân tích chính nội dung câu hỏi. Nếu người hỏi có thể nhận ra tính bất hợp lý trong câu hỏi, họ sẽ không còn muốn biết câu trả lời, và như vậy cũng xem như người hỏi đã được thỏa mãn.

Đức Phật đã chọn cách trả lời này khi ngài phân tích nội hàm của chữ "ta" trong câu hỏi và chỉ ra rằng không hề thật có một cái "ta" như thế. Khi đã không có cái "ta" thì câu hỏi "Ta là ai" trở nên không còn hợp lý, đơn giản chỉ là vì không thể đưa ra bất kỳ hình tượng, khái niệm nào để mô tả về một điều không thật có, và do đó *"ta" không thể là ai cả khi tự ta vốn đã không thật có.*

Và một loạt câu hỏi liên quan cũng xem như đồng loạt được giải đáp. Ta không cần phải thắc mắc về sự đến và đi của một *"cái ta"* vốn không thật có. Thay vì vậy, những câu hỏi đúng đắn hơn giờ đây sẽ quay sang một phạm trù khác: Làm thế nào mà một *"cái ta"* không thật như thế lại có thể tồn tại trong nhận thức của ta như là rất thật? Và làm thế nào để một thế giới với những *"cái ta"* không thật như thế lại có thể vận hành theo những nguyên lý rất thật, tạo thành những duyên nghiệp trùng trùng của tất cả chúng sinh trong cảnh giới này? Việc trả lời những câu hỏi này sẽ là một tiến trình tu tập tích cực, quán chiếu đến tận nguồn cội khởi sinh vạn pháp và những nguyên lý nhân duyên, nhân quả chi phối mọi hiện tượng.

Trong Kinh điển, đức Phật nhiều lần chỉ rõ rằng *"cái ta"*

của mỗi chúng sinh là một hợp thể của những hợp thể, cụ thể là được cấu thành bởi *năm uẩn*, mà mỗi uẩn (蘊 - *skandha*) tự nó cũng là một hợp thể bao gồm nhiều yếu tố.

Năm uẩn được kể ra là *sắc uẩn, thọ uẩn, tưởng uẩn, hành uẩn* và *thức uẩn*. Trong số này, *sắc uẩn* là một hợp thể của những âm thanh, hình sắc, mùi hương, vị nếm... kết hợp với các giác quan của chúng ta như mắt, tai, mũi, lưỡi... Mỗi một yếu tố trong đó đều là điều kiện cần thiết để tạo thành cái gọi là *sắc uẩn*.

Sắc uẩn cũng bao gồm cả bản thân các giác quan như mắt, tai, mũi, lưỡi... và đối tượng của chúng, vì tất cả đều do vật chất cấu thành. Đây là những gì mà ta có thể quan sát được.

Thọ uẩn chỉ các cảm thọ sinh khởi khi thân tâm ta tiếp xúc với các đối tượng bên ngoài, như *lạc thọ* (cảm xúc vui thích), *khổ thọ* (cảm xúc khó chịu, không ưa thích), *xả thọ* (cảm xúc không khổ, không vui)...

Tưởng uẩn chỉ sự nhận biết phân biệt đối với các đối tượng sau khi tiếp xúc, như phân biệt được đó là sự vật dài ngắn, lớn nhỏ, xanh vàng trắng đỏ... cho đến phân biệt đó là thiện ác, tà chánh... Cơ chế hoạt động của *tưởng* chính là dựa vào sự truy tìm trong ký ức những hình ảnh, thông tin... của quá khứ có liên quan đến đối tượng, rồi qua đó xác định và khởi lên sự phân biệt.

Hành uẩn chỉ chung tất cả mọi hoạt động tâm lý hay phản ứng của tâm thức, được sinh khởi sau khi tiếp xúc và phân biệt đối tượng, như ưa thích, chán ghét, ngợi khen, chê bai... *Hành* là yếu tố phức tạp vì có phạm vi đề cập rất rộng và có khả năng làm nhân cho các hoạt động khác của thân và tâm, trong khi các uẩn như *sắc*, *thọ* và *tưởng* chỉ là những hiện tượng hiện hữu mà không tạo nhân. Chính vì thế, *hành uẩn* có hai vai trò phân biệt như sau:

1. *Hành uẩn* có vai trò là *quả*, khi những phản ứng của tâm thức là kết quả được tạo thành do những điều kiện, những yếu tố khác;

2. *Hành uẩn* có vai trò là *nhân*, khi những phản ứng của tâm thức trở thành điều kiện dẫn đến các hành vi, hoạt động của thân, khẩu, ý. Trong ý nghĩa này, các hoạt động của thân, khẩu và ý chính là sự biểu hiện của *hành uẩn*, là kết quả sự tác động của *hành uẩn*.

Thành phần cuối cùng trong 5 *uẩn* là *thức uẩn*, chỉ chung công năng của *thức* (sự nhận biết) được biểu hiện ở tất cả các giác quan, như ở mắt có *nhãn thức*, ở tai có *nhĩ thức*... cho đến *ý thức*.

Những phân tích chi ly như trên cho ta một cách nhìn nhận đúng thật về cái gọi là *"ta"* đang hiện hữu trong đời sống. Mỗi một yếu tố được phân tích trên đều hiện hữu rất thật trong nhận thức thông thường của ta, nhưng sẽ bộc lộ tính chất mong manh, giả hợp do duyên sinh của chúng khi được quán chiếu dưới ánh sáng của trí tuệ Bát-nhã. Điều này đã được chúng ta tìm hiểu kỹ trong chương sách *"Đi tìm nghĩa không"*. Qua đó có thể thấy rằng, chính những kết quả tu tập tuệ giác tánh Không cũng sẽ giúp ta nhận ra được tính chất giả hợp của một *"cái ta"* mà từ lâu ta vẫn luôn xem như một thực thể đơn nhất, chắc thật và bền bỉ. Đạo Phật gọi nhận thức đúng thật này là sự thấy biết *vô ngã*, trong ý nghĩa là không hề có một bản ngã, một *"cái ta"* tồn tại chắc thật và độc lập trong thực tại mà ta đang nhận biết.

Nhận biết được tính chất mong manh, giả hợp và không thật của *"cái ta"* được hợp thành từ năm uẩn không có nghĩa là phủ nhận sự hiện hữu của nó trong thế giới hiện tượng. Ngược lại, chính nhận thức đúng thật này sẽ giúp cho *"cái ta"* trở nên tốt đẹp và có ý nghĩa hơn trong suốt thời gian tồn tại của nó. Thay vì bị cuốn hút và thôi thúc bởi những tham muốn bồi đắp, nuôi dưỡng và bảo vệ cho một *"cái ta"* không thật để rồi không ngừng gây bao tổn hại cho chính mình và người khác, ta sẽ có thể nhìn lại vấn đề một cách sáng suốt hơn và thấy rõ những gì nên làm để mang lại hạnh phúc đích thật trong đời sống.

Nhờ thấy rõ *"cái ta"* giả hợp đó đã và đang tồn tại trong một thế giới tương đối vận hành theo những nguyên lý duyên sinh, nhân quả mà mọi cảm xúc, tư tưởng... của chúng ta không ngừng khởi sinh và diệt mất trong dòng lưu chuyển ấy, nên ta biết được một cách khách quan rằng chính những hành vi, lời nói hay tư tưởng của ta sẽ quyết định việc *"cái ta"* đó được tồn tại trong an lạc hạnh phúc hay phải ngập chìm trong khổ đau phiền não. Nói cách khác, ta có sự lựa chọn quyết định sự tồn tại của mình trong thế giới hiện tượng theo cách như thế nào, mà không chấp nhận đó là sự an bày của bất kỳ một thế lực huyền bí siêu nhiên hay định mệnh. Tất cả đều do chính ta quyết định.

Nhân quả là một bài toán phức tạp với rất nhiều yếu tố tham gia tạo thành kết quả, nhưng yếu tố quyết định nhất vẫn luôn là nhận thức, tư tưởng của chính bản thân ta, như trong kinh Pháp Cú có dạy:

Ý dẫn đầu các pháp,
Ý làm chủ, ý tạo;
Nếu với ý ô nhiễm,
Nói lên hay hành động,
Khổ não bước theo sau,
Như xe, chân vật kéo.

Ý dẫn đầu các pháp,
Ý làm chủ, ý tạo,
Nếu với ý thanh tịnh,

Nói lên hay hành động,
An lạc bước theo sau,
Như bóng, không rời hình.

(Kinh Pháp Cú, Phẩm Song Yếu,
kệ số 1 và 2 -
Hòa thượng Thích Minh Châu
Việt dịch từ tiếng Pali.)

Hai bài kệ này là những lời dạy đơn giản, dễ hiểu nhưng vô cùng sâu sắc, có thể là kim chỉ nam cho suốt cuộc đời ta. Với niềm tin và nhận thức đúng đắn về nguyên lý được nêu trong bài kệ, chúng ta không còn hoang mang trước những sóng gió cuộc đời, và có thể nhận biết rõ ràng những việc nên làm hay không nên làm, xét từ góc độ ta muốn có được một đời sống hạnh phúc hay khổ đau.

Khi từ bỏ nhận thức sai lầm về một *"cái ta"* chắc thật và tồn tại tách biệt với mọi đối tượng bên ngoài nó - như một chủ thể tạo tác và nhận lãnh kết quả tạo tác - chúng ta sẽ thoát ra khỏi sự trói buộc vào những tham muốn, mong cầu xoay quanh một *"cái ta"* không thật. Ta sẽ không thấy mình thực sự có nhu cầu cần bảo vệ *"cái ta"*, bồi đắp cho *"cái ta"* để có được hạnh phúc như ta vẫn tưởng. Ngay cả khi ta tìm đủ mọi cách thỏa mãn những nhu cầu, đòi hỏi của *"cái ta"* ấy, ta vẫn không có được hạnh phúc, vì hạnh phúc thực sự chỉ đến khi ta biết *"nói lên hay hành động"* với một tâm ý thanh tịnh, hiền thiện.

Có những câu hỏi sẽ được nêu lên ở đây. Liệu tôi vẫn có thể cố gắng hành xử với tâm ý thanh tịnh mà không cần phải nhận thức khác đi về *"cái ta"*? Đối với tôi, đó là một thực thể rất thật, hoàn toàn khác biệt với mọi thực thể, đối tượng khác. Không có *"cái ta"*, tôi biết dựa vào đâu để tu tập? Và không có *"cái ta"* thì cho dù tôi có tạo dựng được hạnh phúc, ai sẽ thọ hưởng hạnh phúc ấy?

Những câu hỏi này nghe chừng hợp lý và thậm chí là rất thường gặp ở bất cứ ai, bởi nó xuất phát từ cội gốc của một *"cái ta"* đã được thừa nhận từ lâu như một lẽ đương nhiên. Sự thật là, nếu không có những phân tích, chỉ dẫn cặn kẽ và rõ ràng của đức Phật, có lẽ tự thân chúng ta cũng rất khó có khả năng quán chiếu sâu xa đủ để nhận biết tính chất giả hợp và tạm bợ của *"cái ta"*. Hơn thế nữa, ngay khi đã quán chiếu thấy được tính chất giả hợp và không thật có của một *"cái ta"* như thế, thì việc nỗ lực để dứt bỏ hoàn toàn sự cố chấp, bám víu vào *"cái ta"* vẫn còn là một tiến trình dài lâu và hết sức khó khăn, đòi hỏi sự kiên trì và sáng suốt mới có thể dần dần thành tựu.

Thuật ngữ Phật học gọi sự bám víu, cố chấp vào *"cái ta"* giả hợp, không thật có là *"chấp ngã"*, và tu tập là tiến trình phá trừ sự chấp ngã ấy để đạt đến một nhận thức đúng thật gọi là *"vô ngã"*. Nhìn thấu suốt và đúng thật tính chất giả tạm, mong manh của hợp thể thân tâm này, do đó có được khả năng từ bỏ mọi sự tham luyến, bám víu vào nó.

Trở lại với câu hỏi thứ nhất: *Liệu có thể tu tập tâm thanh tịnh mà không cần buông bỏ "cái ta"?* Hay nói khác đi, sự chấp nhận *"cái ta"* như một thực thể tự tồn, bền chắc thì có trở ngại gì đến việc hành xử với tâm ý thanh tịnh? Đây là một nghi vấn rất thiết thực, nhưng thật ra nó đã được trả lời ngay trong những trải nghiệm thực tế. Và việc trả lời câu hỏi này cũng đồng thời giải tỏa được nghi vấn trong những câu hỏi còn lại. Trong thực tế, nếu quả thật chúng ta có thể tìm được hạnh phúc đích thật - bằng cách hành xử với tâm ý thanh tịnh, hiền thiện - mà không cần từ bỏ chấp ngã, thì việc tu tập vô ngã hẳn sẽ là điều không cần thiết.

Nhưng sự thật không phải vậy. Sự chấp ngã sẽ làm vẩn đục tâm ý ta ngay từ lúc khởi sinh bất kỳ tư tưởng nào, dù đó là một tư tưởng hiền thiện. Chẳng hạn, khi bạn khởi tâm bố thí, giúp đỡ người khác, sự chấp ngã sẽ đồng thời làm khởi sinh ý niệm ngăn trở bằng cách so sánh giữa bản thân với đối tượng được giúp, làm khởi sinh cảm giác thiệt thòi cho bản thân khi cho đi những thứ đang là *"của ta"*; và khi thực sự đã làm việc bố thí, bạn sẽ khởi sinh ý niệm mong đợi một sự đền đáp trong tương lai cho *"cái ta"* này vì đã làm được một việc phước thiện...

Những niệm tưởng tinh tế này phát sinh một cách hoàn toàn tự nhiên trên nền tảng của sự chấp ngã, thậm chí ta ít khi lưu tâm nhận biết. Vì vậy, những hành vi tốt đẹp của chúng ta rất khó khởi sinh, và nếu như ta có cố gắng thực hiện được, thì hiệu quả tích cực cũng sẽ bị hạn chế đi rất nhiều. Kinh Kim Cang gọi đây là *"trụ tướng bố thí"*. Chúng ta có sự phân biệt rạch ròi giữa người cho, người nhận - và chính sự phân biệt ấy làm khởi sinh những ý niệm như vừa nói trên.

Khi quán chiếu thấy rõ tính chất giả hợp của *"năm uẩn đều không"*, ta cũng đồng thời thấy được tất cả các pháp đều do duyên sinh, không có sự thường tồn, chắc thật, từ đó ta có thể buông bỏ được sự bám chấp, tham luyến vào một *"cái ta"* vốn là không thật. Nhờ đó, khi tu tập các tâm nguyện như từ, bi, hỷ, xả hoặc các pháp *ba-la-mật* như bố thí, trì giới, nhẫn nhục... ta sẽ không còn bị chướng ngại bởi sự bám chấp vào bản ngã.

Bằng vào kinh nghiệm thực chứng, đức Phật đã chỉ rõ trong nhiều Kinh điển rằng sự bám chấp vào bản ngã chính là cội gốc của vô số tâm hành phiền não. Mỗi chúng ta đều có thể tự mình thể nghiệm sự thật này bằng cách quán chiếu tự tâm để thấy rõ tiến trình sinh khởi của các tâm hành phiền não như tham ái, sân hận, ganh ghét, đố kỵ v.v... Nếu không có sự chấp ngã làm nền tảng, những tâm niệm ấy sẽ không thể dựa vào đâu để sinh khởi. Hơn thế nữa, ngay cả khi những tâm niệm ấy đã và đang sinh khởi, nếu ta biết tu tập quán chiếu vô ngã, ta sẽ thấy rõ ngay sự giảm thiểu sức mạnh tác động của chúng đối với tư tưởng, hành vi và lời nói. Ta sẽ có nhiều khả năng lựa chọn và tự quyết định hơn, thay vì luôn bị thôi thúc, sai sử một cách vô điều kiện bởi sự tham ái, sân hận hay ganh ghét, đố ky...

Tri thức và trực nhận

Những hiểu biết, biện giải trong phạm trù tư duy ngôn ngữ bao giờ cũng là điều kiện để nảy sinh những nghi vấn, thắc mắc. Càng hiểu biết sâu rộng về một vấn đề, ta càng có nhiều khả năng nảy sinh những nghi vấn, thắc mắc phức tạp hoặc tinh tế hơn về vấn đề ấy. Trong rất nhiều trường hợp, sự phát triển như thế cuối cùng rồi sẽ chạm đến một giới hạn nhất định, khi ta không còn khả năng sử dụng tư duy ngôn ngữ để biện biệt, giải đáp những nghi vấn của chính mình.

Nhưng khả năng nhận biết của chúng ta thật ra là vô hạn. Sự giới hạn trong phạm trù tư duy ngôn ngữ là do chính ta đặt ra theo một vòng xoay luẩn quẩn tưởng chừng như không lối thoát. Khi nhận hiểu về một đối tượng, ta lập tức đặt ra tên gọi và khái niệm đi kèm để mô tả về đối tượng đó. Điều này giúp ta dễ dàng hơn trong việc hệ thống và truyền đạt kiến thức, kinh nghiệm, nhưng đồng thời nó cũng đóng khung đối tượng vào tên gọi và khái niệm, khiến ta không còn khả năng trực nhận đối tượng một cách toàn vẹn và như thật. Tên gọi và khái niệm do chính ta đặt ra đã trở thành một giới hạn, và ngay khi giới hạn này được hình thành thì ta sẽ mất đi khả năng vượt qua nó để trực tiếp nhận hiểu về đối tượng.

Đó là vì chúng ta luôn có khuynh hướng nhận hiểu về một đối tượng thông qua những tên gọi và khái niệm sẵn có, thay vì trực tiếp tiếp cận bằng khả năng nhận biết khách quan của chính mình.

Mặt khác, những thông tin mà ta nhận được qua ngôn ngữ luôn được bọc gói trong lớp vỏ ngôn ngữ ấy, và do đó luôn có một khoảng cách khác biệt nhất định với bản chất thực sự của vấn đề. Chẳng hạn, những mô tả bằng ngôn ngữ, dù rất chi tiết và sinh động, về một cảnh quan kỳ vĩ, cũng không bao giờ mang lại cho ta những cảm giác như khi thực sự đứng trước cảnh quan kỳ vĩ ấy.

Vì thế, đạo Phật xem mọi lý thuyết diễn đạt về sự tu tập, ngay cả những gì trình bày trong Kinh điển, chỉ như *"ngón tay chỉ trăng"*, và mục đích thực sự của việc tu tập là làm sao có thể trực nhận được *"mặt trăng"* chứ không phải là *"những ngón tay"* chỉ về nó. Mặc dù vậy, tiến trình vượt qua khoảng cách giữa tri thức và sự trực nhận không phải bao giờ cũng dễ dàng. Thậm chí chúng ta rất thường không nhận biết được khoảng cách này và do đó sẽ rơi vào sự nhầm lẫn giữa những hình chiếu của sự vật, hiện tượng qua tên gọi và khái niệm với bản thân sự vật, hiện tượng đó một cách toàn vẹn và đúng thật như nó đang hiện hữu.

Tiến trình tu tập theo đạo Phật chính là giúp chúng ta xóa bỏ dần khoảng cách giữa tri thức và sự trực nhận về thực tại. Trong khi tri thức chất đống ngổn ngang trong ta những ngôn từ, khái niệm nhưng không bao giờ đủ để diễn đạt, mô tả hay giúp ta nhận hiểu trọn vẹn về thực tại, thì trí tuệ trực giác giống như một khoảng không đơn sơ nhưng bao la, ôm trọn mọi hiện tượng khởi sinh trong thực tại, như một tấm gương sáng tự nó không mang màu sắc, nhưng khi đặt bất kỳ đối tượng nào trước gương thì lập tức xuất hiện một đối ảnh của vật ngay trong đó. Tuy nhiên, những so sánh như thế là khập khễnh và chỉ mang tính gợi mở hơn là mô tả, bởi hư không tuy hàm chứa sự vật nhưng là một sự hàm chứa vô tri giác, còn như ảnh chiếu trong gương tuy là giống hệt như thật nhưng vẫn không phải là bản thân vật được phản chiếu. Trí tuệ trực giác thì khác, nó giúp ta trực nhận mọi đối tượng hoàn toàn đúng thật và trọn vẹn như chúng đang hiện hữu trong thực tại, nhờ đó ta có thể xóa bỏ mọi ảo giác, nhận thức sai lầm về hiện thực.

Sự am hiểu và uyên bác không giúp ta đạt đến khả năng trực nhận bằng trí tuệ trực giác. Vì thế, trong Tâm kinh đã nhấn mạnh từ câu đầu tiên về phương pháp đã giúp Bồ Tát Quán Tự Tại đạt đến sự thấy biết như thật chính là *"hành thâm Bát-nhã ba-la-mật-đa"*. Tuy nhiên, pháp tu tinh yếu này có thể xem như *"tuyệt kỹ"* rốt ráo mà không phải bất kỳ ai khi bước chân vào đạo Phật cũng có thể ngay lập tức tiếp cận. Hầu hết chúng ta cần có những chuẩn bị nền tảng ở mức độ căn bản hơn, tuần tự hơn, trước khi có thể thực sự bước chân vào cảnh giới *"hành thâm Bát-nhã"*. Sự chuẩn bị ấy được đức Phật chỉ dẫn cặn kẽ qua trình tự tiến tu theo quy trình "Giới - Định - Tuệ".

Theo quy trình được mô tả hết sức đơn giản này, điểm khởi đầu chung cho tất cả chúng ta sẽ là sự tu tập Giới hạnh. Nói đến việc trì giới, chúng ta không nên liên tưởng ngay đến hình ảnh những nhà tu khắc khổ mỗi ngày chỉ ăn một bữa và thức dậy từ 3 - 4 giờ sáng... Cũng có thể đến một giai đoạn nào đó, những điều này sẽ trở nên thích hợp với ta, nhưng bước khởi đầu thường đơn giản hơn nhiều. Nói một cách dễ hiểu nhất, tu tập giới hạnh hay trì giới là tự nguyện chấp nhận và tuân theo một số những nguyên tắc sống được đề ra theo giới luật, tránh đi những tư tưởng, hành vi và lời nói mà giới luật không cho phép.

Chẳng hạn, người cư sĩ khi thọ giới sẽ có 5 nguyên tắc để tuân theo. Thứ nhất, không gây tổn hại đến sự sống của muôn loài; thứ hai, không trộm cắp những tài sản thuộc về người khác; thứ ba, không sống chung như vợ chồng với người không phải vợ hoặc chồng mình; thứ tư, không nói dối, chỉ nói những điều đúng thật; thứ năm, không sử dụng các chất gây say, gây nghiện như rượu bia, thuốc lá, ma túy...

Năm nguyên tắc cơ bản này được gọi là Năm giới, khi thực hành sẽ giúp chúng ta tránh được rất nhiều hành vi gây tổn hại cho chính mình và người khác. Sự tu tập như thế giúp thân tâm ta được an ổn hơn, và do đó làm khởi sinh một mức độ an định cho cả thân và tâm. Hệ quả tất nhiên này được Kinh điển mô tả là *"nhân giới sanh định"*, nghĩa là nhờ vâng giữ theo giới luật mà làm sinh khởi sự an định. Sự an định thân tâm lại có công năng giúp ta trở nên sáng suốt hơn, tỉnh giác hơn trong mọi tư tưởng, hành vi và lời nói. Sự sáng suốt này sinh khởi nhờ vào sự an định của thân tâm, nên gọi là *"nhân định phát tuệ"*.

Khi tâm trí được sáng suốt hơn, nhận thức của chúng ta về giới luật và sự áp dụng, hành trì giới luật trong cuộc sống cũng sẽ trở nên sâu sắc, toàn diện và đúng đắn, thích hợp hơn. Điều đó giúp cho hiệu quả tu tập giới được nâng lên mức độ cao hơn, nhờ đó ta lại có một sự an định vững chãi hơn, ổn định hơn trước đó. Và mức độ an định vững chãi hơn lại là điều kiện giúp ta càng trở nên sáng suốt, tỉnh giác hơn nữa. Cứ như vậy, vòng xoay này sẽ tiếp tục như một chiếc cầu thang xoắn ốc đưa ta ngày càng đi lên cao hơn, cao hơn... *Giới* làm sinh khởi *định*, *định* giúp phát triển *tuệ*, rồi *tuệ* lại giúp cho *giới* càng thêm hoàn thiện, nhờ đó *định* càng thêm vững chãi, và *tuệ* lại phát triển hơn nữa...

Cũng với tương quan như thế, nếu ta buông thả, phóng túng trong việc trì giới, điều đó sẽ ảnh hưởng ngay đến mức độ an định của thân tâm; thân tâm càng loạn động thì trí tuệ càng giảm sút; và trí tuệ giảm sút thì việc giữ giới càng kém hiệu quả, do không thể có được những cách hành xử thích hợp, đúng pháp... Như vậy, vẫn giống như một chiếc cầu thang xoắn ốc, nhưng hướng đi lúc này sẽ là đi xuống, ngày càng thấp hơn...

Với cách hình dung này trong sự tu tập, chúng ta có thể

thấy rõ việc tiến bộ đi lên hay sa sút đi xuống đều hoàn toàn do chính ta quyết định theo quy trình Giới - Định - Tuệ.

Kinh Duy-ma-cật dạy rằng: *"Từ chỗ khởi làm ắt được lòng tin sâu vững. Từ lòng tin sâu vững ắt tâm ý được điều phục. Do tâm ý được điều phục ắt có thể làm đúng theo như lời được thuyết dạy."*

"Khởi làm" ở đây chính là bắt tay vào sự tu tập hành trì, với điểm xuất phát là Giới luật như đã nói trên. Năm giới của người Phật tử tại gia là điểm khởi đầu tốt nhất và là khả thi cho bất kỳ ai có quyết tâm thay đổi, hoàn thiện cuộc đời mình. Và điều kỳ diệu ở đây là, tuy nội dung năm giới không có gì quá sâu xa, phức tạp, nhưng công năng của nó lại vô cùng mạnh mẽ và mầu nhiệm, có thể làm chuyển hóa thân tâm chúng ta trong bất kỳ hoàn cảnh nào. Chỉ cần có sự quyết tâm nghiêm cẩn thọ trì năm giới thì hiệu quả tốt đẹp sẽ đạt được là điều chắc chắn. Chính trong ý nghĩa khởi đầu từ việc nghiêm trì giới luật mà đức Phật đã từng có lời dạy chúng ta phải lấy giới luật làm thầy.

Khi hiểu được rằng tri thức chưa thực sự là mục đích của sự tu tập, chúng ta càng thấy rõ hơn tầm quan trọng của việc khởi sự thực hành để xóa đi khoảng cách giữa tri thức và trực nhận. Sự hiểu biết uyên bác nhưng thiếu thực hành sẽ không thực sự mang đến nhiều lợi lạc cho bản thân ta và người khác, trong khi sự thực hành có công năng giúp ta hiểu biết ngày càng sâu sắc hơn những gì đã biết.

Vì thế, những nhận thức có được thông qua sự học hỏi suy luận cần được sử dụng như nền tảng chuẩn bị để khởi sự thực hành tu tập. Chẳng hạn, nếu ta chỉ dừng lại ở mức độ nhận hiểu về bản chất khổ đau của đời sống hay tính Không của vạn pháp, cho đến bản chất vô thường của mọi hiện tượng hay tính chất không thật có của một *"cái ta"* giả hợp, thì những tri thức ấy sẽ hoàn toàn chưa đủ để mang lại lợi lạc cho đời sống của ta. Chỉ khi thực sự bắt tay vào tu tập hành trì theo lời Phật dạy ta mới có được một trí tuệ sáng suốt đủ để đi vào quán chiếu sâu xa các ý nghĩa như thế, và từ đó tiến dần đến việc trực nhận được những tính chất *khổ, không, vô thường, vô ngã* bằng trí tuệ trực giác, không còn thông qua những diễn đạt ngôn từ, khái niệm.

Khi một sự vật được trực nhận bằng trí tuệ trực giác, ta nhận biết về sự vật ấy đúng thật như nó đang tồn tại, không có sự lệch lạc và giới hạn do những định kiến và khái niệm đã có. Ta biết được sự vật ấy là như thế, như thế... mà không cần đến những từ ngữ, khái niệm mô tả. Nhưng ngay khi ta khởi tâm dùng đến từ ngữ, khái niệm để mô tả, truyền đạt những gì mình biết, lập tức những từ ngữ, khái niệm ấy sẽ trở thành lớp vỏ bọc giới hạn và chia tách sự nhận biết của ta với thực tại toàn vẹn, và sự nhận biết như thế sẽ không còn đúng thật nữa.

Các tính chất *khổ, không, vô thường, vô ngã* cũng cần được trực nhận theo cách như thế. Khi ta hiểu về bản chất khổ đau của đời sống qua tri thức, điều đó không giúp ta buông bỏ được tập khí tham ái hay sân hận vốn có nguồn gốc khởi sinh từ lâu đời và hết sức kiên cố trong tâm ta. Nhưng khi ta trực nhận được tính chất khổ đau qua những trải nghiệm thực tiễn trong đời sống, tập khí tham ái trong ta sẽ giảm mạnh và trở nên yếu ớt hơn trước. Thêm vào đó, với sự trực nhận về các tính chất Không, vô thường, vô ngã thì sức hấp dẫn, lôi cuốn của những đối tượng tham muốn đối với ta sẽ không còn mạnh mẽ như trước. Tất cả đều hiện ra dưới ánh sáng soi chiếu của trí tuệ Bát-nhã, hiển lộ rõ tính chất giả hợp và mong manh không thật. Điều đó tất yếu sẽ dẫn đến sự buông bỏ một cách tự nhiên những tham luyến đối với chúng.

Niềm tin vào Kinh điển

Nền tảng của đạo Phật là những lời Phật dạy được ghi chép trong Kinh điển. Người Phật tử tự nguyện đặt niềm tin vào Kinh điển với sự suy xét sáng suốt và trải nghiệm của chính bản thân mình, hoàn toàn không do bất kỳ áp lực nào từ bên ngoài. Thế nhưng, tiến trình xác lập niềm tin vào Kinh điển thật không đơn giản và dễ dàng. Thứ nhất, làm sao để chúng ta có thể tự mình xác định được những bản văn thực sự là Kinh điển mà không sợ mắc phải sai lầm? Thứ hai, khi học hỏi và nghiên cứu Kinh điển để áp dụng vào sự tu tập, chắc chắn sẽ có những điểm mà chúng ta không đủ sức nhận hiểu tức thời hoặc thậm chí qua nhiều năm tu tập. Những điều không hiểu đó tất yếu sẽ là nguyên nhân làm khởi sinh những mối nghi trong lòng ta. Vậy phải giải quyết những mối nghi này theo cách như thế nào?

1. Những nghi ngại về nguồn gốc Kinh điển

Tam tạng Kinh điển hay Giáo pháp giữ vai trò cực kỳ quan trọng trong đạo Phật. Trong Tam bảo (Phật, Pháp và Tăng), Tăng-già vẫn phải đặt sau Giáo pháp, bởi lý do có mặt của Tăng-già chính là để thực hành Giáo pháp và dẫn dắt Phật tử thực hành theo đó. Nếu không có Giáo pháp thì cũng sẽ không có lý do để Tăng-già tồn tại.

Đối với người học Phật, việc đọc hiểu, nghiên cứu Kinh điển để áp dụng vào sự tu tập là điều thiết yếu, bất kể chúng ta có đang tu tập dưới sự dẫn dắt của một vị thầy hay không. Cho dù một bậc thầy chân chánh có thể dẫn dắt, giúp chúng ta tu tập nhanh chóng, hiệu quả hơn nhiều lần, nhưng điều tiên quyết vẫn là vị thầy ấy phải dựa theo Kinh điển. Bất kỳ vị thầy nào, nếu đưa ra những chỉ dẫn lệch lạc, trái ngược với Kinh điển, chúng ta đều phải có sự thận trọng xem xét lại. Sở dĩ như vậy là vì Kinh điển do chính đức Phật nói ra hoặc ấn chứng, do đó có độ tin cậy cao hơn hẳn so với bất kỳ phát minh, sáng kiến nào của một người chưa hoàn toàn giác ngộ.

Thế nhưng, việc xác định một văn bản nào đó *có đúng thật là Kinh điển hay không* lại không phải chuyện dễ dàng chút nào, nhất là trong thời đại chúng ta, cách xa Đức Phật đã hơn 25 thế kỷ. Trong thực tế, đã có không ít những tranh biện xoay quanh vấn đề này, thậm chí có người đã không ngần ngại dùng cả từ *"ngụy tạo"* để chỉ đến toàn bộ Kinh điển Đại thừa. Đây là một thái độ cực đoan rất nguy hiểm cho các thế hệ tương lai, bởi nó có nguy cơ *"vơ đũa cả nắm"* và hủy hoại tất cả những tinh túy Phật học đã được tích lũy và trao truyền từ nhiều thế kỷ qua.

Tuy nhiên, vấn đề tưởng chừng như hết sức khó khăn này thật ra lại đã sẵn có giải pháp được đức Phật chỉ bày trong Kinh điển. Có bốn yếu tố cốt lõi trong Kinh điển được tất cả các truyền thống Phật giáo cùng thừa nhận, đã được đề cập đến trong cả kinh điển Nguyên thủy cũng như Đại thừa, thường được biết với tên gọi Tứ pháp ấn (四法印), với ý nghĩa là bốn dấu ấn để xác thực Chánh pháp, hoặc một tên gọi ít người biết đến hơn là Tứ pháp bản mạt (四法本末), với ý nghĩa là bốn cội gốc căn bản, bao quát nhất. Nói một cách dễ hiểu hơn thì đây là bốn tính chất mà người tu tập có thể dựa vào để nhận biết và xác tín nội dung Kinh điển.

Những gì là bốn tính chất được đề cập ở đây? Theo kinh Tăng Nhất A-hàm, phẩm 26, kinh số 8 thì đó chính là các tính chất *khổ, vô thường,* và *vô ngã* của tất cả hiện tượng, như chúng ta vừa đề cập trong các chương sách trước, cùng với tính chất tịch tĩnh của *Niết-bàn,* kết quả thành tựu của sự tu tập.

Theo lời Phật dạy thì bất kỳ bản văn nào, dù được gọi là Kinh điển, nhưng nếu trình bày những điều đi ngược với *bốn pháp ấn* này thì người Phật tử có thể biết được rằng đó không phải là Kinh điển do Phật thuyết dạy.

Nhưng giải pháp này cũng có sự giới hạn, vì nó giúp chúng ta loại bỏ những gì trái ngược với Kinh điển, không đúng lời Phật dạy, nhưng nếu có - và sự thật là đã có rất nhiều - những bản văn tuy không trái ngược lời Phật dạy, nhưng không thể chắc chắn được là do đức Phật trực tiếp nói ra, mà có khả năng là do những người đời sau căn cứ vào lời Phật dạy để viết ra thì sao? Vì căn cứ vào lời Phật dạy để viết ra, nên điều tất nhiên là sẽ phù hợp với lời Phật dạy, và do đó không thể dùng Tứ pháp ấn để phân biệt loại trừ được nữa. Nhưng vì có khả năng là không phải do chính đức Phật trực tiếp nói ra, nên cũng cần có sự tiếp cận khác hơn so với những bản văn có độ xác thực cao.

Một số người bi quan thường cho rằng hiện nay là thời kỳ Mạt pháp, nhưng bản thân tôi luôn tin rằng chúng ta vẫn còn rất may mắn và hạnh phúc biết bao khi được sinh ra vào một thời kỳ tuy không có Phật ra đời nhưng vẫn được tiếp cận với Kinh điển, Giáo pháp của đức Phật với một sự phong phú, đa dạng và khá toàn vẹn. Mặc dù có những hạn chế nhất định về mặt sử liệu, nhưng nhìn chung thì với những dữ kiện đã biết và được hầu hết mọi người công nhận, toàn bộ kinh tạng *Nikāya* qua bốn lần kết tập, đến nay hiện vẫn còn nguyên vẹn để người Phật tử có thể dựa vào đó mà học hỏi, hành trì. Về cơ bản, chúng ta chưa từng thấy có người Phật tử nào hoài nghi về tính xác thực của Tam tạng Kinh điển *Nikāya*, cho dù là người ấy tu tập theo bất kỳ truyền thống nào trong Phật giáo. Sự đồng thuận này có thể xem là điểm chung vững chắc giữa tất cả Phật tử hiện nay để có thể cùng nhau đi đến một cách nhìn nhận phù hợp với Chánh kiến về vấn đề tiếp cận, học hỏi và nghiên cứu Kinh điển.

Như vậy, khi tiếp cận với Kinh điển của đạo Phật, chỉ xét riêng về tính xác thực của văn bản thì chúng ta thường sẽ gặp phải hai trường hợp trình bày dưới đây.

a. Trường hợp văn bản có tính xác thực cao

Đây là trường hợp của những Kinh điển mà chúng ta may mắn giữ được toàn vẹn qua các lần kết tập, như 34 kinh trong Kinh Trường bộ (*Dīgha Nikāya*), 152 kinh trong Kinh Trung bộ (*Majjhima Nikāya*), cho đến tất cả các Kinh trong Tam tạng *Nikāya* hiện còn...

Đối với những Kinh điển thuộc loại này, chúng ta nên tiếp cận và xác lập niềm tin theo đúng tinh thần lời dạy của đức Phật trong kinh *Kalama*, nghĩa là thông qua sự suy xét sáng suốt và thể nghiệm của chính bản thân mình, không phải vì dựa vào sự tin tưởng đối với người khác hay chỉ vì điều đó được ghi chép trong Kinh điển.[1]

Vì sao như thế? Vì cho dù về mặt văn bản, ngôn từ, chúng ta đã tin chắc đó là lời Phật dạy, nhưng nếu chúng ta chưa có sự suy xét, thể nghiệm của chính bản thân, ta sẽ không có khả năng nhận hiểu đúng thật và đầy đủ về những lời dạy ấy. Như chúng ta đã biết, khoảng cách giữa tri thức và sự trực nhận hay thực chứng luôn cần có sự thể nghiệm, hành trì mới có thể xóa bỏ. Nếu chúng ta chỉ tiếp cận Kinh điển thông qua ngôn từ, lý luận, ta sẽ dễ dàng rơi vào chỗ nhận hiểu và thực hành không đúng như lời Phật dạy, hoặc thậm chí nguy hiểm hơn nữa là diễn giải Kinh điển sai lệch theo những tri thức, định kiến mà ta đang có.

---

[1] Kinh Kalama (Tăng chi bộ kinh - Anguttara Nikaya, III, 65): "Này các người Kalama, chớ tin vì nghe báo cáo, chớ tin vì nghe truyền thuyết; chớ tin vì theo truyền thống; chớ tin vì được Kinh điển truyền tụng; chớ tin vì lý luận suy diễn; chớ tin vì diễn giải tương tự; chớ tin vì đánh giá hời hợt những dữ kiện; chớ tin vì phù hợp với định kiến; chớ tin vì phát xuất từ nơi có uy quyền, chớ tin vì vị Sa-môn là bậc đạo sư của mình."

Vì vậy, cần thấy rõ là ngay cả đối với những lời Phật dạy thì cũng cần phải có sự suy xét, nhận hiểu và thực hành một cách sáng suốt mới có thể mang lại lợi lạc cho bản thân và người khác. Những người thuộc lòng Kinh điển hoặc thậm chí có khả năng thuyết giảng Kinh điển nhưng không có sự tu tập áp dụng thực sự vào đời sống, chắc chắn sẽ không tự mình thể nghiệm được những lời Phật dạy, và do đó mà việc đi sai đường là chuyện rất dễ xảy ra.

b. Những văn bản không có tính xác thực cao

Đây là trường hợp của những Kinh điển Đại thừa mà chúng ta không thể biết được một cách chắc chắn về nguồn gốc, xuất xứ. Trong nhiều thế kỷ qua, tuyệt đại đa số Phật tử đều tin chắc rằng đây là những Kinh điển do chính đức Phật thuyết dạy, như kinh Pháp Hoa, kinh Đại Bát-nhã, kinh Lăng Nghiêm... Khoảng nửa thế kỷ trước đây, không một người Phật tử nào hoài nghi về tính xác thực của những Kinh điển này. Tuy nhiên, trong những năm gần đây, các ngành khoa học phương Tây như văn bản học, khảo cổ học, sử học v.v... đã dựa vào những kết quả nghiên cứu để cho rằng văn bản của các Kinh điển Đại thừa xuất hiện khá muộn so với kinh điển Nguyên thủy. Điều này đã làm cho một số người bắt đầu nghi ngại về nguồn gốc của Kinh điển Đại thừa.

Khi có sự phân vân về nguồn gốc Kinh điển như thế, sự tiếp cận tất nhiên cần có những yêu cầu khác hơn, nhưng yêu cầu trước hết là *chúng ta phải chấp nhận sự không biết chắc của mình*. Sự chấp nhận này rất quan trọng, vì nếu không ta sẽ rơi vào sai lầm là kiên quyết bác bỏ tất cả khi cho rằng đó là những kinh *"ngụy tạo"*, không phải do đức Phật thuyết giảng. Trong trường hợp này, ta mắc phải sai lầm trước tiên là *đã đưa ra phán quyết về một điều ta hoàn toàn không biết chắc*. Và như vậy, nếu có khả năng đó thực sự là lời dạy của đức Phật thì ta đã tự mình đóng lại cánh cửa tiếp cận với Giáo pháp.

Cách ứng xử sai lầm như thế là cực đoan, không đúng với tinh thần những lời dạy sáng suốt của đức Phật.

Tốt hơn, chúng ta nên chấp nhận sự *"không biết chắc"* của mình để có thể tiếp cận với những Kinh điển thuộc loại này trên tinh thần của Tứ pháp ấn, sẵn sàng loại bỏ những gì không phù hợp với lời Phật dạy. Và muốn sử dụng được Tứ pháp ấn, điều tất nhiên là trước hết chúng ta phải tự mình có sự tu tập quán chiếu các yếu tố *khổ, vô thường, vô ngã* như đã bàn đến trong các chương sách trước. Những nội dung này cũng được chỉ dạy trong rất nhiều Kinh điển, nên việc thực hành tu tập có thể nói là khả thi đối với bất cứ ai. Điều cần lưu ý ở đây là mức độ nhận hiểu về các yếu tố vô thường, khổ và vô ngã sẽ luôn tỷ lệ thuận với công phu tu tập hành trì của mỗi người, hoàn toàn không chỉ giới hạn trong lớp vỏ ngôn ngữ.

Sau khi áp dụng Tứ pháp ấn, ít nhất chúng ta đã có thể xác định được những gì là phù hợp với lời Phật dạy. Vấn đề tiếp theo là nên nhận thức như thế nào về tính xác thực của những Kinh điển này khi ta không thể biết chắc là có phải do đức Phật trực tiếp nói ra hay không. Hiện nay, có thể quan sát thấy một số khuynh hướng nổi bật như sau:

Khuynh hướng thứ nhất là của một số người rơi vào cực đoan khi không chỉ ra được bất kỳ điều gì trái với lời Phật dạy trong những bộ kinh mình tìm hiểu (hoặc thậm chí họ chưa từng tìm hiểu) nhưng vẫn nhất quyết bác bỏ cho đó là ngụy tạo, lại còn tìm mọi cách để bài bác, công kích, xem như những tà thuyết gây hại cho mọi người. Sự phát triển quá trớn của khuynh hướng này hiện nay còn đi đến chỗ muốn phủ nhận toàn bộ những gì liên quan đến Đại thừa, chẳng hạn như truyền thống tu tập từ nhiều ngàn năm qua. Người Phật tử nên thận trọng để tránh rơi vào khuynh hướng sai lầm này. Bản thân tôi đã từng nhận được hàng chục thư điện tử cổ xúy cho khuynh hướng này và có vẻ như những người cực đoan như vậy lại tự cho là mình đang "dẹp bỏ tà thuyết" để "hộ trì Chánh pháp".

Khuynh hướng thứ hai có phần ôn hòa hơn là không tin vào Kinh điển Đại thừa nhưng không bài bác, công kích, vì thực sự không thấy có gì trái với lời Phật dạy. Như đã nói, Kinh tạng *Nikāya* với sự nguyên vẹn và xác tín vẫn là một gia tài Pháp bảo vô giá luôn sẵn có cho mọi người Phật tử học hỏi và tu tập. Chúng ta có thể từ chối những kinh điển không thuộc Kinh tạng *Nikāya*, nhưng không thể bác bỏ, vì sự thật là ta không biết chắc được về nguồn gốc của các Kinh điển đó. Những người theo khuynh hướng này do việc *không biết chắc được về nguồn gốc của Kinh điển Đại thừa* nên từ chối không học hỏi và chỉ thừa nhận Kinh tạng *Nikāya* mà thôi.

Khuynh hướng thứ ba rộng mở hơn, chấp nhận việc tham khảo vào nội dung các bộ kinh Đại thừa để tìm kiếm những giá trị tích cực có thể áp dụng trong sự tu tập. Trải qua một truyền thống tiếp nối nhiều ngàn năm, những Kinh điển, luận giải Đại thừa được thu thập trong Kinh tạng là một khối lượng đồ sộ, hàm chứa nhiều tư tưởng, triết lý phong phú, đa dạng và thâm sâu. Khi chọn những bộ kinh thích hợp với pháp môn tu tập mà mình đang áp dụng để học hỏi, người Phật tử sẽ có nhiều khả năng mở rộng và đào sâu hơn nhận thức, hiểu biết về phương pháp tu tập của mình. Điều đó chỉ có lợi mà không có hại. Hơn thế nữa, nó giúp chúng ta thể nghiệm được những lời Phật dạy ở một góc độ bao quát, rộng mở hơn. Những người theo khuynh hướng này tuy không tin chắc rằng những Kinh điển ấy là do đức Phật trực tiếp nói ra, nhưng họ thừa nhận việc những Kinh điển ấy trình bày giáo lý do Phật thuyết dạy và thậm chí là trình bày với những phương pháp vô cùng uyên áo, sâu sắc.

Khuynh hướng thứ tư là tự mình xác tín về nguồn gốc Kinh điển Đại thừa *theo đúng tinh thần những gì đức Phật* đã dạy. Những người theo khuynh hướng này tin chắc rằng những Kinh điển Đại thừa đúng thật với tinh thần Tứ pháp ấn *là do chính đức Phật thuyết dạy*, chẳng hạn như các kinh Bát-nhã, Hoa Nghiêm, Pháp Hoa, A-di-đà v.v... và rất nhiều Kinh điển khác. Người Phật tử theo khuynh hướng này được lợi ích lớn là có thể tiếp cận với toàn bộ Giáo pháp của đức Phật, bao gồm cả Kinh tạng *Nikāya* và Kinh điển Đại thừa. Khi kết hợp việc học hỏi Kinh điển và tu tập theo tinh thần không phân biệt bộ phái, người Phật tử thoát khỏi nhiều sự trói buộc của những quan điểm, định kiến hẹp hòi và có thể chuyên tâm hành trì pháp môn mình đã chọn.

Như vậy, dựa vào đâu để *người Phật tử có thể tự xác tín về nguồn gốc Kinh điển Đại thừa?* Chúng ta có thể lược kể ra một vài luận cứ như sau:

Thứ nhất, nếu người Phật tử đặt niềm tin vào lời Phật dạy sau khi đã có sự hành trì thể nghiệm thì niềm tin ấy vững chắc và mạnh mẽ hơn nhiều so với niềm tin vào các nhà khoa học, mà cụ thể ở đây là văn bản học, khảo cổ học, sử học... Các nhà khoa học này nói rằng *"văn bản Kinh điển Đại thừa chỉ xuất hiện sớm nhất vào khoảng thế kỷ thứ nhất trước Công nguyên"*, nhưng họ không thể trả lời được câu hỏi: *"Kinh điển Đại thừa xuất hiện từ lúc nào?"* Và ngay cả nếu như họ có thể đưa ra câu trả lời, thì giá trị của tri thức khoa học cũng chỉ là tương đối khi so với giá trị chân lý trong lời Phật dạy. Một thời gian dài, vật lý học Newton đã thống trị hoàn toàn trong khoa học vật lý, nhưng sau những khám phá của Albert Einstein thì mọi sự bắt đầu thay đổi. Thuyết tiến hóa của Darwin cũng được nhận thức khác đi khi có những kết quả nghiên cứu mới của khoa học hiện đại. Và rõ rệt nhất là thuyết địa tâm (xem trái đất là trung tâm vũ trụ) đã được xem như tuyệt đối chính xác cho đến thế kỷ 16. Nhưng từ thế kỷ 17, khoa học đã chứng minh là nó sai lầm hoàn toàn và đã bị thay thế bằng thuyết nhật tâm... Trong khi đó, những gì đức Phật thuyết dạy dù trải qua hơn 25 thế kỷ vẫn luôn chứng tỏ được tính chính xác, hợp lý và mang lại lợi ích an vui cho muôn người.

Ngay cả đối với sự ra đời của đức Phật, từ thế kỷ 18 trở về trước, người Phật tử chỉ có thể đặt niềm tin thông qua những ghi chép trong Kinh điển mà không hề có bất kỳ một chứng cứ khoa học nào. Chỉ đến đầu thế kỷ 19, khi các nhà khảo cổ lần lượt phát hiện các di chỉ quan trọng tại Thánh tích *Lumbini* như trụ đá do vua A-dục dựng lên để ghi dấu nơi đản sinh đức Phật và nhiều công trình kiến trúc cổ tại đây... thì khoa học mới bắt đầu xác tín về việc đức Phật đã từng sống và thuyết giảng trên hành tinh này.

Những phát hiện của khoa học là không thể dự đoán trước. Chúng ta hoàn toàn có thể nghĩ đến khả năng là một ngày nào đó, với những kết quả nghiên cứu mới, khoa học sẽ thay đổi cách nhìn nhận về Kinh điển Đại thừa.

Tuy nhiên, đó vẫn là chuyện của các nhà khoa học. *Người Phật tử đến với đạo Phật như những con người đi tìm lối thoát cho những vấn nạn của chính thân phận con người, không phải vì những kiến thức khoa học.* Thử hình dung một ngày nào đó, các nhà khoa học nổi tiếng tìm đến và nói với chúng ta: "Năm giới mà các ông đang giữ theo đó hoàn toàn không phải do đức Phật chế định. Tôi đã có đầy đủ bằng chứng về điều đó." Chúng ta sẽ phản ứng thế nào? Riêng tôi, chắc chắn tôi sẽ đáp lại: "Vâng, xin các ông hãy nói điều đó với giới khoa học của các ông. Còn tôi, *tôi đã tự mình thể nghiệm được vô vàn lợi ích từ Năm giới*, nên dù ông có chứng minh rằng nó do ai đó nói ra chứ không phải đức Phật, thì đối với tôi cũng sẽ không có gì thay đổi cả. Tôi vẫn sẽ tiếp tục giữ theo Năm giới này."

Rõ ràng, là người Phật tử, chúng ta phải có thẩm quyền xác tín về Kinh điển của đức Phật cao hơn các nhà khoa học. Đối với họ, yếu tố quyết định "sự thật" chỉ là những văn bản, những di chỉ khảo cổ vô hồn, nhưng đối với chúng ta thì những giá trị tâm linh, những ý nghĩa nhiệm mầu trong các nền tảng giáo lý Bát-nhã, Hoa Nghiêm, Pháp Hoa... là những giá trị rất sống động, rất thật và có thể giúp ta giải quyết được những vấn nạn khổ đau, bế tắc trong đời sống. Những ai đến với Bát-nhã, Pháp Hoa... như những văn bản không hồn, chắc chắn họ sẽ còn tiếp tục truy tìm nguồn gốc qua chứng cứ khoa học. Nhưng những ai đã thực sự vượt qua nhiều giai đoạn bế tắc trong đời sống nhờ vào tư tưởng Bát-nhã, Pháp Hoa... thì sẽ hoàn toàn không cần đến điều đó. Bằng sự thể nghiệm tự thân, chúng ta có thể xác tín được đó chính là những lời được thuyết dạy bởi một đấng Giác ngộ viên mãn, bởi nó thực sự mang lại lợi lạc vô biên cho người tu tập.

Thứ hai, lịch sử phát triển của Phật giáo qua 25 thế kỷ với một không gian đang mở rộng đến khắp thế giới đã chứng minh vai trò tích cực của Kinh điển Đại thừa. Những giá trị tích cực đó cũng được chứng minh ngay tại Việt Nam chúng ta, qua hai triều đại Lý - Trần mà sự cai trị đất nước chịu ảnh hưởng rõ rệt từ Phật giáo Đại thừa. Đất nước trong thời kỳ này đã phát triển hết sức ổn định và tốt đẹp, ngay cả giặc ngoại xâm phương bắc cũng liên tục bị đánh tan nhiều lần. Phật giáo Đại thừa đã đào tạo cho dân tộc ta nhiều vị vua anh minh trong cả hai triều Lý, Trần... Nhiều người trong số họ chẳng những đã đóng góp hết sức lớn lao cho đất nước, mà còn sẵn sàng từ bỏ cả vương quyền để sống đời thoát tục sau khi hoàn thành sứ mệnh lịch sử của mình. Đó là những biểu hiện hết sức cao quý của tinh thần buông xả đúng theo lời Phật dạy.

Khi nhìn lại lịch sử như thế, chúng ta càng thấy rõ không có lý do gì để phải hoài nghi hoặc bác bỏ Kinh điển Đại thừa. Trong hiện tại, nếu có những dấu hiệu không tích cực nào đó của những cá nhân tự nhận là tu tập theo Phật giáo Đại thừa, chúng ta cần nhận rõ sự lệch lạc của mỗi cá nhân đó, không thể vì thế mà quy lỗi cho Kinh điển Đại thừa. Hơn ai hết, người Phật tử phải tiếp cận Kinh điển theo đúng tinh thần những lời Phật dạy, nghĩa là phải lấy sự thể nghiệm của tự thân làm yếu tố xác quyết quan trọng nhất.

Thứ ba, sự soi chiếu dưới ánh sáng của Tứ pháp ấn đã chứng tỏ rằng các Kinh điển Đại thừa hiện đang lưu hành không có gì đi ngược với những lời dạy của đức Phật. Điều này cho thấy có hai khả năng: hoặc là những kinh ấy do chính đức Phật thuyết dạy, hoặc là đã được những vị uyên thâm về Phật pháp viết ra dựa theo lời Phật dạy. Tuy nhiên, khả năng thứ hai sẽ bị loại trừ, bởi tất cả Kinh điển Đại thừa đều được xác tín bằng câu *"Như thị ngã văn"* (Tôi nghe như thế này). Đây là một lời tuyên thệ nói lên sự thật trước khi ghi chép, thuật lại Kinh văn. Vì thế, chỉ có thể tin chắc đây là lời dạy của Phật, nếu không thì các vị chép kinh đều phạm tội nói dối (vọng ngữ), và họ không có động cơ để làm như vậy, dù là tham danh hay tham lợi, vì cả hai điều ấy đều không có đối với họ.

Tại sao chúng ta lại không đặt niềm tin vào những vị uyên thâm Phật pháp đã ghi chép Kinh điển Đại thừa? Với tư cách đạo đức và tâm linh của những hành giả Phật giáo, họ không thể am hiểu và hành trì Phật pháp để rồi ngay từ lúc mở đầu kinh văn đã ghi vào một câu nói dối! Vì thế, chúng ta có thể tin chắc rằng họ chỉ ghi chép lại những điều mà chính họ đã xác quyết là do đức Phật thuyết dạy.

Khả năng Kinh điển Đại thừa đã được truyền khẩu qua nhiều thế kỷ, đợi đến lúc thích hợp mới xuất hiện dưới dạng văn bản là điều hoàn toàn có thể. Trong thực tế, dòng Kagyu của Phật giáo Tây Tạng được hình thành từ khoảng đầu thế kỷ 12 và vẫn duy trì truyền thống khẩu truyền cho đến ngày nay, tuy họ có đủ điều kiện để ghi chép Giáo pháp. Như vậy, việc Kinh điển Đại thừa được truyền khẩu cho đến thế kỷ thứ nhất trước Công nguyên vẫn có khả năng là đúng thật.

Một thực tế khác nữa là chính Kinh tạng *Nikāya* cũng đã trải qua giai đoạn truyền khẩu nhiều thế kỷ trước khi được ghi chép thành văn bản vào lần kết tập thứ tư. Trong sách *The Buddha and His Teachings*, ngài Venerable Narada Mahathera đã viết về lần kết tập Kinh điển này như sau:

"About 83 B.C., during the reign of the pious Simhala King *Vatta Gāmani Abhaya*, a Council of Arahants was held, and the Tipitaka was, for the first time in the history of Buddhism, committed to writing at *Aluvihāra* in Ceylon."[1]

(Vào khoảng năm 83 trước Công nguyên, vào thời đại của vị vua Simhala sùng tín là *Vatta Gāmani Abhaya*, một Hội đồng gồm các vị A-la-hán đã họp lại, và lần đầu tiên trong lịch sử Phật giáo, Tam tạng Kinh điển được ghi chép thành văn bản tại *Aluvihāra* ở Ceylon - Tích Lan.)

Nhiều nguồn cứ liệu đáng tin cậy khác cũng đề cập tương tự. Hơn thế nữa, theo các nhà nghiên cứu thì ngôn ngữ mà đức Phật thực sự đã sử dụng để thuyết giảng Kinh điển không phải tiếng Pali. Các bản Kinh văn Pali thực sự chỉ là những văn bản được chuyển dịch từ một ngôn ngữ ban đầu nào đó mà hiện vẫn chưa thể xác định rõ. Như vậy, danh từ "Nguyên thủy" mà chúng ta đang dùng cũng có những giới hạn nhất định về độ xác tín. Trong sách *A Short History of Buddhism*, học giả người Đức Edward Conze viết về thời kỳ 500 năm trước Công nguyên của Phật giáo như sau:

"Suốt trong thời kỳ đầu này, kinh điển chỉ được truyền miệng, và phải cho đến khoảng gần cuối thời kỳ mới bắt đầu

---

[1] The Buddha and His Teachings - Buddhist Publication Society, Sri Lanka - 1980 - chương 15, trang 202.

có sự ghi chép. Những gì đức Phật đã thật sự nói ra, hầu như không có gì được ghi chép lại ngay. Có thể là vào lúc ấy đức Phật đã giảng dạy bằng ngôn ngữ Ardhamagadhi, nhưng không có Phật ngôn nào được ghi lại bằng ngôn ngữ này. Về những kinh điển được ghi chép sớm nhất, ngay cả ngôn ngữ được sử dụng vẫn còn là một vấn đề gây tranh cãi. Những gì chúng ta có chỉ là bản dịch của những kinh điển đầu tiên ấy sang các thứ tiếng Ấn Độ khác, chủ yếu là tiếng Pali, và một hình thức đặc biệt của tiếng Sanskrit dùng riêng cho Phật giáo."[1]

Như vậy, nếu người Phật tử chúng ta không có khả năng tự mình xác tín vấn đề nguồn gốc Kinh điển thông qua chính sự thể nghiệm hành trì mà luôn phụ thuộc quá nhiều vào những nguồn thông tin khác, thì đến một lúc nào đó, sẽ không tránh khỏi việc có người nghi ngờ ngay cả tính xác thực của Kinh tạng *Nikāya*. Và những lý do hôm nay được đưa ra để bác bỏ Kinh điển Đại thừa thì đến một ngày nào đó sẽ được lặp lại để bác bỏ Kinh tạng *Nikāya*.

Tóm lại, trong bốn khuynh hướng kể trên khi tiếp cận với Kinh điển Đại thừa, người Phật tử có thể tùy theo sự nhận thức riêng của mỗi người để lựa chọn, nhưng hoàn toàn *không nên rơi vào khuynh hướng thứ nhất*, bởi đó là một sai lầm cực đoan nguy hại nhất cho Giáo pháp.

2. Những mối nghi khi đọc Kinh điển

Phần lớn chúng ta lần đầu tiên tìm đến với đạo Phật đều thường là với một tách trà đầy ắp và một dạ dày rỗng tuếch. *"Tách trà đầy ắp"* là vô số những tri thức, kiến giải, khái niệm và định kiến mà ta đã tích lũy qua nhiều năm trong cuộc sống thế tục. Và cái *"dạ dày rỗng tuếch"* là để chỉ cho

---

[1] Bản Việt dịch của Nguyễn Minh Tiến - Lược sử Phật giáo, NXB Tôn giáo - 2005, Chương I, trang 26.

sự đói thiếu chân lý vì chưa từng được tiếp cận với những lời Phật dạy.

Vì thế, nếu may mắn được tiếp cận với kho tàng Kinh điển, giáo lý, chúng ta sẽ như người đói khát đứng trước một bàn tiệc đầy ắp những món ngon vật lạ. Mỗi một món ăn đều có thể giúp ta qua cơn đói, nhưng đồng thời mỗi món ngon trên bàn tiệc linh đình ấy cũng đều có những màu sắc, hương vị riêng, và trong số đó có không ít những món xa lạ mà ta chưa từng biết. Điều tất nhiên là sau khi thỏa mãn cơn đói bằng những món quen thuộc, ta sẽ bắt đầu muốn thử qua những món lạ hơn, ngon hơn.

Cũng vậy, giáo lý của đạo Phật hết sức phong phú, đa dạng và có đủ mọi tầng bậc. Với người mới bước vào đạo Phật, chỉ cần nghiêm cẩn giữ theo Năm giới là chúng ta đã bắt đầu thấy ngay vô vàn lợi ích trong cuộc sống gia đình cũng như trong quan hệ xã hội. Tiếp theo, chúng ta có nhiều pháp môn để chọn lựa cho việc hành trì nhằm an định tâm thức, dừng lắng những tư tưởng lăng xăng cũng như bắt đầu đối trị với những tâm hành phiền não như tham lam, sân hận, si mê...

Phác đồ chung của bước đầu tu tập thì chỉ đơn giản thế, nhưng đi vào thực tế thì muôn người muôn vẻ, nên kinh nghiệm tu tập của mỗi người trải qua cũng đều khác biệt. Và ngay khi có được chút thành quả trong tu tập, chẳng hạn như được an ổn hơn, nhận thức sáng suốt hơn so với trước đây, thì cơn đói chân lý sẽ tạm lắng xuống và *"tách trà đầy ắp"* phát huy tác dụng. Ta sẽ bắt đầu phân tích những gì gặp được trong Kinh điển và so sánh với khối tri thức "đồ sộ" mà ta đã từng tích lũy. Trong giai đoạn này, không ít người rơi vào con đường truy tầm kiến thức, nghiên tầm thiên kinh vạn quyển mà quên đi tầm quan trọng của thực tế hành trì.

Những ai có thể xác lập được niềm tin hoàn toàn vào Kinh điển thông qua thực tế hành trì, người ấy có nhiều cơ may *"làm trống tách trà tri thức"*¹ để trực nhận dễ dàng hơn những lời dạy từ Kinh điển. Ngược lại, người học Phật thường phải trải qua một cuộc đấu tranh dai dẳng giữa một bên là những tri thức, định kiến thế tục và một bên là những chân lý hướng đến giải thoát.

Tuy vậy, chúng ta cần biết rằng, sự dung hợp hài hòa là điều khả thi và thậm chí còn là hệ quả tất nhiên khi ta nắm hiểu được yếu chỉ trong Kinh điển. Nhưng đối với người mới ban đầu học Phật thì những bước loanh quanh để giải quyết vấn nạn "xung khắc" này thường không khỏi kéo dài qua một thời gian nhất định. Nếu may mắn có được một bậc minh sư hoặc thiện tri thức dẫn dắt, ta có thể rút ngắn được quãng đường này. Bằng không, ta vẫn phải tự mình nỗ lực để vượt qua. Người học Phật nếu hiểu được điều này thì dù trong những giai đoạn có hoang mang, nghi ngại cũng không đánh mất niềm tin vào Tam bảo.

Mặt khác, dù tham muốn háo hức đến đâu trước một bàn tiệc linh đình, ta cũng không thể thưởng thức hết tất cả các món ngon. Vì thế ta cần khôn ngoan khi chọn lựa. Được ăn ngon, ăn no là đủ để thỏa mãn nhu cầu, nhưng nếu muốn ăn cho thật nhiều, chẳng những vẫn không sao ăn hết mà còn có nguy cơ bội thực.

Đức Phật dạy rất nhiều pháp môn trong Kinh điển, thậm chí càng học ta càng nhận ra con số đó nhiều hơn nữa. Nhưng đức Phật không hề muốn làm khổ chúng ta khi truyền dạy

---

¹ Một giáo sư đại học tìm đến tham vấn thiền sư Nan-in về thiền. Thiền sư rót trà mời khách. Ngài rót đầy tách trà của khách rồi nhưng vẫn tiếp tục rót. Vị giáo sư ngồi nhìn nước trong tách trà tràn ra mãi, cho đến khi không dằn lòng được nữa phải kêu lên: "Đầy quá rồi, không thể rót thêm vào được nữa!" Thiền sư ngừng tay rót trà, nhìn ông nói: "Cũng giống như tách trà này, trong lòng ông đang chứa đầy những quan điểm và định kiến. Làm sao tôi có thể trình bày với ông về thiền nếu như trước tiên ông không làm trống cái tách của ông đi?"

"quá nhiều" pháp môn như thế, mà sự thật là vì cần phải có như thế mới đáp ứng được nhu cầu đa dạng của tất cả chúng sinh. Trong Kinh điển từng dạy rằng: *"Vì chúng sinh có vô số phiền não nên cần có vô số pháp môn để đối trị."* Các pháp môn trong đạo Phật giống như dược liệu chứa trong một kho thuốc lớn, tuy rất nhiều nhưng chỉ phân phối đến mỗi người bệnh một số liều cần thiết mà thôi.

Mỗi chúng ta đều là người đang mang bệnh phiền não. Hãy đến với Kinh điển trên tinh thần *"tùy bệnh chọn thuốc"*, đừng tham muốn quá nhiều như những món ăn trên bàn tiệc kia, bởi ta sẽ không tiêu hóa được mà còn có thể chết vì bội thực. Một bậc minh sư cũng sẽ không làm gì khác hơn là *"tùy bệnh cho thuốc"*, bởi khi đã có thuốc rồi thì việc uống thuốc sẽ là việc riêng của mỗi người. Chính đức Phật cũng từng nói rằng: *"Ta như lương y tùy bệnh cho thuốc, nếu người bệnh không chịu uống thuốc, không phải lỗi nơi ta."*

Với những nhận thức tối thiểu như trên, chúng ta có thể giảm nhẹ được rất nhiều khó khăn khi tiếp cận với Kinh điển. *Thứ nhất*, khi hiểu được như thế, chúng ta sẽ có sự chú tâm *"làm trống tách trà tri thức"* khi đến với Kinh điển, và điều đó giúp ta có được một sự trực nhận khách quan đối với những ý nghĩa sâu xa, mới mẻ. *Thứ hai*, khi đến với Kinh điển trên tinh thần *"tùy bệnh chọn thuốc"*, ta sẽ không mất thời gian "lang thang" giữa khu rừng Kinh điển mênh mông để rồi phải cảm thấy hoang mang lạc lõng. Thay vì vậy, ta sẽ sớm biết chú tâm tìm kiếm cho mình một nội dung thích hợp để chuyên tâm nghiền ngẫm và tu tập hành trì, không chú trọng quá nhiều đến những điều không thực sự ích lợi cho sự tu tập của chính mình. Ta biết rõ bệnh mình đang cần thực sự uống thuốc chứ không phải chỉ lo việc *"sưu tập thuốc"*.

Việc học hỏi Kinh điển để áp dụng vào đời sống tu tập là một tiến trình lâu dài và chắc chắn không thể dễ dàng. Trong tiến trình ấy, chúng ta không tránh khỏi có những lúc sanh khởi tâm nghi vì chưa hiểu rõ được một điều nào đó ghi chép trong Kinh điển. Chúng ta không nên tự trách mình khi có những lúc khởi nghi như thế. Trái lại, việc khởi tâm nghi còn có thể là dấu hiệu cho thấy một nhận thức tích cực, bởi nếu chỉ biết lặp lại những điều ghi chép trong Kinh điển mà không tự nhận thức được thấu đáo, ta sẽ không có khả năng áp dụng một cách đúng đắn lời dạy của đức Phật vào cuộc sống. Mặc dù vậy, nếu ta không nhận hiểu đúng thì trong rất nhiều trường hợp, những mối nghi này sẽ gây chướng ngại cho sự tu tập.

Những vấn đề làm ta khởi nghi tuy rất đa dạng, nhưng có thể lược phân ra hai loại thường gặp nhất. Thứ nhất là nghi về những từ ngữ khó hiểu, và thứ hai là nghi về những ý nghĩa quá sâu xa, uyên áo.

a. Khởi nghi vì những từ ngữ khó hiểu

Có nhiều nguyên nhân khiến cho từ ngữ trong Kinh điển khó hiểu đối với chúng ta. Nếu là lần đầu tiên ta tìm hiểu về một phần giáo lý nào đó, thì sự chưa quen thuộc với lãnh vực ấy sẽ là một nguyên do. Vì thế, việc kết hợp đọc Kinh điển với tra cứu các thuật ngữ Phật học gần như là điều bắt buộc. Phần đông chúng ta đọc Kinh điển qua các bản dịch, và nếu dịch giả có sự quan tâm đến khó khăn này của người đọc, vị ấy sẽ đưa vào bản dịch nhiều chú giải cho các thuật ngữ, nhờ đó người đọc sẽ được dễ dàng hơn. Tuy nhiên, dù sao thì khó khăn loại này vẫn là một thách thức tất yếu mà chúng ta phải nỗ lực vượt qua, bởi khi diễn đạt những phạm trù giáo lý sâu xa, người dịch có rất nhiều lúc buộc phải sử dụng các thuật ngữ mà không có lựa chọn nào khác.

Một nguyên nhân khác có thể là do định kiến. Khi lần đầu tiên tiếp xúc với một khái niệm trong giáo lý, nếu chúng ta có sự nhận hiểu không đúng hoặc phiến diện, thì khi gặp lại cùng những khái niệm ấy trong Kinh điển, ta thường có khuynh hướng áp đặt cách nhận hiểu sẵn có của mình, và do đó làm cho ý nghĩa câu kinh trở nên sai lệch khiến ta sinh nghi. Vì thế, sự thận trọng trong tra cứu cũng như tham học với các bậc thầy, các vị thiện tri thức là điều cần thiết để giảm thiểu những mối nghi loại này.

Nguyên nhân thứ ba là do những sai sót trong ghi chép, in ấn. Kinh điển được truyền lại qua nhiều thế kỷ, khả năng xảy ra sai sót là điều không thể tránh khỏi. Vì thế, đôi khi chúng ta có thể thấy một từ ngữ nào đó quá khó hiểu hoặc không thích hợp với ý nghĩa câu kinh. Việc tra cứu hoặc tham học để giải quyết nghi vấn loại này phức tạp hơn nhiều, vì nhất thiết phải dựa vào những nguồn cứ liệu chắc chắn cũng như có một khả năng chuyên môn trong thẩm định. Nếu không đủ sức làm việc này, chúng ta có thể nêu vấn đề lên và tạm gác lại để chờ những người có đủ khả năng sẽ thực hiện việc khảo đính, tuyệt đối không nên chủ quan dựa vào sự nhận hiểu của riêng mình mà tự ý chỉnh sửa Kinh điển.

Nguyên nhân thứ tư có thể làm khởi sinh nghi ngại là do người dịch kinh không hiểu đúng ý kinh. Chẳng hạn, trong bản Việt dịch Kinh Đại Bát Niết-bàn của cư sĩ Tuệ Khai (Hòa thượng Thích Đồng Minh chứng nghĩa), quý vị sẽ tìm thấy câu kinh này ở quyển 2:

"Chúng con chưa thoát khỏi năm mươi bảy phiền não trói buộc mà sao đức Như Lai liền muốn buông bỏ, vào với Niết Bàn?"

Câu kinh này khơi dậy sự nghi ngại ở điểm là ta chưa từng nghe trong bất cứ kinh điển, luận giải nào khác có nói đến 57 loại phiền não! Với mối nghi này, chúng tôi đã đối chiếu nguyên bản Hán văn và cả thảy 5 bản dịch khác nhau, bao gồm 3 bản Việt dịch và 2 bản dịch từ Hán ngữ sang Anh ngữ. Bản Hán văn chép là: "我未如是脫五十七煩惱繫縛。云何

如來便欲放捨入於涅槃。" *(Ngã vị như thị thoát ngũ thập thất phiền não hệ phược, vân hà Như Lai tiện dục phóng xả nhập ư Niết-bàn?)*

Như vậy, *"ngũ thập thất"* được dịch là 57 thì dường như không có gì sai. Trong số các bản dịch thì Hòa thượng Thích Trí Tịnh bỏ hẳn câu này không dịch, còn lại 4 vị kia đều dịch như nhau - hai bản Anh ngữ đều ghi là *"fifty-seven illusions"*. Mặc dù vậy, chúng tôi vẫn không thể giải tỏa mối nghi này, vì nếu không kể ra được đủ 57 loại phiền não thì câu kinh này có thể xem như hoàn toàn vô nghĩa.

Kiên trì tiếp tục mở rộng tiến trình tra cứu, tìm kiếm thông tin, cuối cùng chúng tôi đọc thấy trong một bản sớ giải cách giải thích như sau: "五十七煩惱者, 三種煩惱也。 *(Ngũ thập thất phiền não giả, tam chủng phiền não dã.* - Năm mươi bảy phiền não, đó là chỉ cho 3 loại phiền não.) Và một bản khác nói rõ hơn: "五, 五蓋也。十, 十纏也。七, 七漏也。" *(Ngũ, ngũ cái dã; thập, thập triền dã; thất, thất lậu dã.* - Năm là chỉ cho năm che chướng; mười là chỉ cho mười triền phược; bảy là chỉ cho bảy lậu hoặc.)

Như vậy, rõ ràng ở đây không thể hiểu là 57 phiền não, mà là 3 nhóm phiền não bao gồm *ngũ cái, thập triền* và *thất lậu*. Nhưng kinh văn ngày xưa không sử dụng các dấu ngắt câu, nên thay vì *"ngũ, thập, thất phiền não"* (các nhóm gồm năm, mười và bảy loại phiền não), các dịch giả tiền bối đều đã nhận hiểu nhầm là *"ngũ thập thất phiền não"* (57 loại phiền não).

Những trường hợp tinh tế như vậy, chúng ta cũng khó trách người dịch kinh, nên tốt nhất vẫn là nên đọc Kinh văn với một sự thẩm xét sáng suốt để có thể nhận ra ngay những chỗ chưa hoàn toàn hợp lý.

Tuy nhiên, những ví dụ trên cũng cho thấy quá trình nhận hiểu, giải tỏa những mối nghi khi đọc Kinh điển không hề đơn giản. Chúng ta không thể chỉ dựa vào một vài nguồn cứ liệu hoặc ý nghĩa được diễn giải ở đâu đó để xác định và điều chỉnh ý nghĩa Kinh văn. Quá trình này chẳng những cần được mở rộng tối đa đến các bản văn liên quan, mà còn phải hết sức khách quan, thận trọng, chắt lọc các nguồn thông tin tìm được trước khi đi đến quyết định điều chỉnh một cách hiểu từ ngữ nào đó trong Kinh điển. Nếu tự thấy những nỗ lực của mình chưa thể giải quyết rốt ráo được vấn đề, chúng ta nên tham vấn các vị tôn túc, thiện tri thức và chờ đợi một ai đó có đủ khả năng làm rõ, thay vì nóng vội và tự mình chỉnh sửa theo những hiểu biết, suy diễn chủ quan. Ngoài ra, cũng không nên dựa vào thông tin trong các từ điển, ngay cả các từ điển Phật học, để điều chỉnh Kinh văn. Những người biên soạn từ điển cũng có giới hạn nhất định và sai sót là chuyện không thể tránh khỏi.

b. *Khởi nghi vì những ý nghĩa uyên áo*

Những nghi vấn loại này thường liên quan nhiều đến *"tách trà tri thức"* luôn đầy ắp của chúng ta. Thường thì ta rất ít khi ý thức được việc cần phải *"làm trống"* nó trước khi tiếp nhận những tư tưởng mới từ Kinh điển. Những tri thức thế tục qua một thời gian dài đã chiếm chỗ trong tâm trí ta và khẳng định giá trị nhất định của chúng. Nếu tiếp tục chấp nhận những giá trị ấy thì ta không cần thiết phải thay đổi gì cả. Nhưng vấn đề ở đây là, khi cảm thấy cần thiết phải tìm đến với đạo Phật thì điều đó cũng đồng nghĩa với việc ta đã nhận ra những bế tắc hay bất ổn nào đó trong cuộc sống. Nói cách khác, nếu không bắt đầu nhận dạng được khổ đau trong đời sống thì chúng ta sẽ chưa cảm thấy cần đến giáo lý của đạo Phật.

Vì thế, khi đến với đạo Phật, đến với Kinh điển, chúng ta cũng đồng thời có nhu cầu chuyển hướng tâm thức để tìm một giải pháp cho những khổ đau trong đời sống. Nếu ta vẫn loay hoay theo đường hướng cũ, thì việc đọc Kinh điển chẳng qua cũng chỉ tích lũy thêm cho ta một khía cạnh tri thức lý luận mới, nhưng đó lại không phải là mục đích của Kinh điển. Những người đọc Kinh điển để suy diễn, lý luận, tranh cãi về phương diện này hay phương diện khác, hầu hết đều rơi vào cách tiếp cận sai lầm này.

Khi xác định mục đích học hỏi Kinh điển là để có được những giải pháp tu tập áp dụng vào đời sống nhằm chuyển hóa khổ đau, mang lại lợi lạc cho chính mình và người khác, chúng ta nhất thiết phải "làm trống" đi tách trà tri thức đầy ắp của mình. Có như vậy, ta mới có thể dễ dàng trực nhận được những giá trị lợi lạc vô song từ Kinh điển.

Cũng trên tinh thần đó, người học Kinh điển sẽ tránh được tình trạng sa đà vào sự nghiên tầm lý luận quá nhiều mà không chú trọng đúng mức vào công phu hành trì, tu tập. Chính trong ý nghĩa này mà kinh Duy-ma-cật có dạy rằng: "隨其發行則得深心。隨其深心。則意調伏。隨其調伏則如說行。" (*Tùy kỳ phát hành tắc đắc thâm tâm. Tùy kỳ thâm tâm tắc ý điều phục. Tùy kỳ điều phục tắc như thuyết hành.*- Từ chỗ khởi làm ắt được lòng tin sâu vững. Từ lòng tin sâu vững ắt tâm ý được điều phục. Do tâm ý được điều phục ắt có thể làm đúng theo như lời được thuyết dạy.)

Nếu nhận hiểu trình tự tu tập như trong câu kinh này, chúng ta sẽ thấy được tầm quan trọng của việc khởi sự tu tập thay vì chỉ loanh quanh trong vòng lý luận.

Dù vậy, việc khởi tâm nghi khi gặp những câu kinh mang ý nghĩa thâm áo cũng là điều khó tránh khỏi. Trong trường hợp đó, chúng ta cần biết phân biệt giữa sự *"nghi"* vì chưa hiểu được huyền nghĩa là khác với sự *"ngờ vực"* vì cho rằng những điều trong kinh có khả năng sai lầm hoặc không hợp lý, không thể đặt niềm tin. Tâm nghi đúng đắn sẽ mở ra cho chúng ta một khả năng tiến xa hơn khi giải được mối nghi, trong khi sự ngờ vực lại là một trong những nguyên nhân che chướng, làm trở ngại con đường tu tập của chúng ta.

Vì thế, khi gặp những ý nghĩa uyên áo trong Kinh điển khiến ta không đủ sức nhận hiểu ngay và khởi sinh tâm nghi, chúng ta cần lưu ý một số vấn đề sau:

Thứ nhất, việc khởi tâm nghi không có gì sai trái, thậm chí còn là yếu tố cần thiết để giúp ta tiến tới trên đường học đạo. Nhưng chỉ nên "nghi" mà không nên "ngờ vực". Từ vấn đề có nghi vấn, chúng ta nên nỗ lực tìm kiếm thông tin liên quan bằng mọi phương tiện có thể được, để thông qua đó làm rõ hơn vấn đề đang nghi.

Thứ hai, tuy tìm kiếm thông tin nhưng vẫn chỉ nên xem đó như những nguồn tham khảo, không nên vội tin vào chỉ riêng một nguồn thông tin nào đó để vội vã đưa ra những chỉnh sửa đối với Kinh điển.

Thứ ba, nên tham khảo ý kiến nhiều người, các bậc tôn túc, các vị thiện tri thức... để cùng nhau suy xét tìm câu giải đáp. Bản thân người có nghi tình tuy có thể đề xuất câu trả lời nhưng không nên cố chấp xem đó là giải pháp cuối cùng, mà chỉ nên nêu ra để rộng đường thảo luận.

Với những ý nghĩa đó, khi tiếp cận Kinh điển chúng ta nên luôn ghi nhớ rằng, Giáo pháp của đức Thế Tôn như một kho chứa muôn ngàn loại dược liệu khác nhau. Mỗi chúng ta nên *"tùy bệnh chọn thuốc và uống thuốc"* để sớm được *"khỏi bệnh"*, an vui trong đời sống, đừng mất quá nhiều thời gian chỉ để sưu tập cho mình một *"kho thuốc đồ sộ"* mà không thực sự sử dụng được bất cứ liều thuốc nào. Đó là sự phí phạm thời gian quý báu của kiếp người ngắn ngủi.

Nguồn chân lẽ thật

Khi còn bé, hầu hết chúng ta đều rất thường đặt ra nhiều câu hỏi cho người lớn và cho chính mình. Những câu hỏi nhiều khi tưởng chừng như rất vu vơ đối với người lớn, nhưng với tuổi thơ lại vô cùng quan trọng, vì chúng đang giúp hé mở dần cánh cửa giao tiếp giữa ta với thế giới bên ngoài. Mỗi câu hỏi được giải đáp là một nấc thang đưa ta lên cao hơn để có thể phóng tầm nhìn ra xa hơn, rộng hơn về thế giới quanh ta.

Theo thời gian khi ta lớn lên, phạm vi những câu hỏi thu hẹp dần về số lượng và mở rộng dần về nội hàm. Số lượng ít dần đi, cho đến lúc chỉ còn lại những vấn đề cốt yếu nhất sẽ dai dẳng bám theo ta cho đến tận cuối đời, và nội hàm mở rộng thêm, cho đến lúc những nghi vấn của ta trở nên bao trùm hết thảy mọi phạm trù của cuộc sống, đến nỗi dường như ngoài những vấn đề ấy ra thì chẳng còn gì khác đáng để ta phải quan tâm suy ngẫm. Và như những đường thẳng đồng quy, có vẻ như cuối cùng rồi phần lớn trong chúng ta đều sẽ hướng về một nghi vấn giống nhau: Ý nghĩa thực sự của kiếp người là gì?

Dù muốn hay không thì mỗi chúng ta đều sẽ chết đi và thân xác rã tan thành cát bụi. Nếu kiếp người ngắn ngủi này thực sự chẳng mang một ý nghĩa chân thật nào đó, thì ta biết dựa vào đâu để có được niềm tin trong cuộc sống? Đúng sai, thiện ác, tốt xấu... hay muôn ngàn cặp giá trị khác nữa mà mỗi chúng ta luôn theo đuổi, phân biệt trong suốt cuộc đời mình, liệu còn có ý nghĩa gì chăng khi tất cả đều sẽ chôn vùi trong hố sâu quá khứ?

Vì thế, từ ngàn năm qua việc đi tìm một ý nghĩa chân thật cho đời sống dường như vẫn là nhiệm vụ khó khăn nhất mà mỗi con người phải đối mặt. Từ những bậc đế vương nắm quyền sinh sát một thời cho đến bao kẻ hạ tiện nghèo hèn sống lây lất dưới đáy cùng xã hội, phải chăng vẫn có một điểm chung nào đó để ta suy ngẫm? Tất cả những hạng người khác nhau ấy đều đã đi vào quá khứ, không mang theo được những gì họ khổ công tích cóp một đời. Quyền lực, địa vị, sản nghiệp, ái tình... tất cả rồi cũng sẽ chìm trong quên lãng khi thời gian trôi qua. Vậy thì rốt cùng sự hiện hữu của mỗi chúng ta liệu có ý nghĩa gì? Liệu ta có thể đặt niềm tin vào đâu để vui sống với tất cả những gì cuộc đời mang đến?

Rất nhiều người đi tìm ý nghĩa đời sống bằng cách chọn cho mình một lý tưởng sống. Chúng ta có thể có được niềm vui sống khi thực hiện lý tưởng sống mà mình đã chọn, cho dù lý tưởng ấy có dựa trên nền tảng văn hóa giáo dục, đạo đức luân lý, triết học, tín ngưỡng, tôn giáo... hay sự tổng hòa của tất cả các yếu tố ấy. Có những lý tưởng rất bình thường đối với tất cả mọi người, như nuôi dạy con cái, xây dựng hạnh phúc gia đình... Có những lý tưởng lớn lao hơn, như phụng sự tha nhân, xây dựng cộng đồng, gầy dựng sự nghiệp... Lại có những lý tưởng hết sức cao cả như hóa độ quần sinh, cứu khổ muôn loài. Con đường tu tập theo Phật giáo chính là hướng theo lý tưởng cao quý này.

Cho dù ta có chọn cho mình lý tưởng sống như thế nào thì điều quan trọng nhất vẫn là phải thực hiện lý tưởng ấy trong cuộc sống chứ không thể chỉ là những ý tưởng suông. Nhưng tiến trình sống theo một lý tưởng lại hoàn toàn không đơn giản. Theo một khuynh hướng hoàn toàn tự nhiên của tâm thức, khi đặt niềm tin vào một lý tưởng sống nào đó thì chúng ta vẫn không ngừng nảy sinh những nghi vấn và phản biện về lý tưởng sống mà mình đã chọn. Chính điều này giúp ta tránh được những chọn lựa sai lầm, luôn tỉnh giác để có thể kịp thời dừng lại và quay sang một con đường đúng đắn hơn. Đồng thời khuynh hướng này cũng buộc chúng ta luôn phải tỉnh táo nhận biết về những kết quả mà mình đạt được trên con đường đã chọn cũng như tính chất đúng đắn của những gì mình đã đặt niềm tin.

Do đó, việc tìm được một con đường thực sự đúng đắn nhất để đi theo không phải chuyện nhất thời hoặc dễ dàng, và việc xác tín vào con đường ấy lại càng khó khăn, phức tạp hơn. Trong thực tế, có thể nói đó là cả một quá trình diễn ra trong suốt cuộc đời của mỗi chúng ta. Ngay cả khi ta đã quyết tâm dấn bước theo một con đường, thì điều đó cũng không có nghĩa là những nghi vấn và phản biện trong ta về con đường ấy đã không còn nữa. Rất nhiều người cho đến quá nửa hoặc đến cuối cuộc đời mới nhận ra lý tưởng sống mà mình đã chọn là không đúng đắn, và nếu họ có đủ năng lực cũng như quyết tâm để thay đổi thì thật ra vẫn có thể được xem là may mắn hơn những kẻ chìm trong sai lầm mê muội cho đến phút cuối đời.

Vì thế, việc xác lập niềm tin và lý tưởng sống thường đòi hỏi nơi ta những quyết định lựa chọn tiếp nối nhau. Trên một con đường đã chọn, ta thường phải đối diện với những ngã rẽ khác nhau trong từng thời điểm. Chúng ta chọn lựa bằng sự trải nghiệm của chính mình trong cuộc sống, nhưng đồng thời cũng phải biết từ bỏ sai lầm bằng vào chính những trải nghiệm đó. Hơn thế nữa, thành quả không nằm ở cuối con đường ta đi, mà chính là ở từng bước chân vững chãi và tin cậy mà ta có thể đặt lên trên một con đường để có được sự an vui trong đời sống. Tuy nhiên, với những trải nghiệm và nhận hiểu khác nhau ở mỗi người, điều tất nhiên là sẽ không có một con đường hành trì hoàn toàn giống nhau cho tất cả chúng ta. Nói cách khác, với cùng một sự hướng dẫn nhưng sự nhận hiểu và vận dụng của riêng mỗi người vẫn thường luôn có sự khác biệt, do đó có thể dẫn đến những khuynh hướng tu tập hành trì khác nhau.

Những vấn đề mà chúng ta đối mặt hôm nay vốn đã từng hiện hữu từ ngàn năm trước. Có lẽ hầu hết chúng ta đều có thể dễ dàng đồng ý rằng vào thời đức Phật tại thế, Ngài chỉ thuyết giảng một con đường duy nhất hướng đến sự giải thoát mà thôi. Tuy nhiên, các nhà nghiên cứu ngày nay ghi nhận rằng khoảng 200 năm sau khi đức Phật nhập diệt thì Tăng đoàn đã có sự phân chia thành ít nhất là 18 bộ phái khác nhau. Mỗi bộ phái trong số ấy đều tin tưởng rằng mình đang đi đúng theo con đường Phật dạy, tuy rằng họ có những diễn giải và hành trì khác biệt nhau.

Mặc dù vậy, nhờ có những bậc đại sư chứng ngộ nhận hiểu được Giáo pháp chân thật của đức Thế Tôn nên sự phân chia trong Tăng đoàn như trên không đưa đến sự tan rã đạo Phật, mà ngược lại đã hình thành một đạo Phật đa dạng với nhiều sắc thái nhưng vẫn duy trì được ý nghĩa cao quý nhất mà đức Phật đã thuyết dạy: hướng đến sự giải thoát, chấm dứt khổ đau. Con đường giải thoát do đức Phật khai sáng vẫn luôn được nhiều thế hệ Phật tử nối nhau tiếp bước. Và thông điệp về ý nghĩa cuộc đời do đức Phật đưa ra vẫn được chuyển tải đến với nhân loại thông qua tấm gương hành trì và đời sống an lạc của những người con Phật.

Trong bức tranh đa dạng của các tông phái khác nhau trong Phật giáo thì nổi bật lên nhất là sự khác biệt giữa hai khuynh hướng Tiểu thừa và Đại thừa. Trong thực tế, đối với hai khuynh hướng này đã có không ít những cách nhận hiểu sai lầm, đôi khi hết sức tai hại. Vì thế, để có thể thấu suốt được nguồn chân lẽ thật trong đạo Phật, chúng ta không thể không đề cập đến việc nhận hiểu đúng về hai khuynh hướng này.

Điểm khác biệt trước tiên và quan trọng nhất cần lưu ý chính là ở sự phát tâm ban đầu. Khi đức Phật ra đời, điều quan trọng trước tiên ngài muốn chỉ rõ cho chúng ta chính là bản chất khổ đau của đời sống. Xuất phát từ bản chất khổ đau này, ngài khuyến khích các vị đệ tử tu tập theo những pháp môn chân chánh để có thể dứt trừ mọi nguyên nhân khổ đau, hướng đến sự giải thoát an lạc. Và để có thể dấn bước vào con đường tu tập như thế, mỗi hành giả đều nhất thiết cần phải có một sự phát tâm ban đầu.

Tuy hướng về cùng một mục đích là đạt được giải thoát an lạc, nhưng sự phát tâm ban đầu không hề giống nhau ở tất cả mọi người. Một cách khái quát, chúng ta có thể nhận ra hai khuynh hướng phát tâm khác biệt nhau.

Khuynh hướng thứ nhất là sau khi nhận rõ được bản chất khổ đau của đời sống thì hành giả khởi tâm chán ngán, muốn xa lìa một cách mạnh mẽ. Thuật ngữ Phật giáo gọi đó là tâm *yếm ly*. Do tâm yếm ly mạnh mẽ, hành giả không còn bị cuốn hút bởi những tham dục như trước đây mà chỉ một lòng mong cầu được giải thoát, xa lìa mọi khổ đau trong đời sống. Từ sự phát tâm như thế, hành giả quyết lòng tu tập theo những pháp môn Phật dạy để có thể đạt đến mục đích giải thoát. Và tất nhiên, con đường tu tập mà hành giả phải trải qua đó trước hết chính là Bát chánh đạo mà đức Phật đã dạy. Sự phát tâm và đi vào tu tập theo trình tự này là hoàn toàn phù hợp với lời Phật dạy.

Khuynh hướng thứ hai là sau khi thấy biết bản chất khổ đau của đời sống, nhận rõ được những khổ đau mà bản thân mình đang phải gánh chịu trong luân hồi thì hành giả cũng đồng thời cảm nhận được những khổ đau tương tự mà những chúng sinh khác đang phải chịu đựng không khác với bản thân mình. Từ đó, hành giả khởi sinh một sự đồng cảm sâu sắc với tất cả chúng sinh đang khổ não và khởi lên sự mong muốn mãnh liệt là có thể làm bất cứ điều gì đó để giảm nhẹ hoặc dứt trừ đi tất cả những nỗi khổ ấy cho mọi chúng sinh khác. Xuất phát từ tâm nguyện này, họ quyết tâm tu tập theo những pháp môn Phật dạy để có thể đạt đến sự giải thoát, nhằm có được năng lực nhất thiết trí như chư Phật và sử dụng năng lực ấy vào việc cứu khổ cho muôn loài. Đối với những người này, ngoài việc tu tập theo Bát chánh đạo như Phật dạy, họ còn chú ý nhiều hơn đến việc thực hành sáu ba-la-mật, vì sự tu tập các pháp ba-la-mật này luôn có tương quan mật thiết đến tất cả chúng sinh khác. Khuynh hướng phát tâm và tu tập như thế cũng hoàn toàn đúng theo lời Phật dạy.

Những hành giả phát tâm theo khuynh hướng thứ nhất cảm nhận sâu sắc những khổ đau của đời sống và mong muốn thoát khổ như động lực chính để phát tâm tinh tấn tu tập hướng đến sự giải thoát. Tuy rằng trong tiến trình tu tập theo lời Phật dạy, họ cũng sẽ nuôi dưỡng tâm từ bi đối với tất cả chúng sinh, nhưng đó không phải là yếu tố chính yếu và mạnh mẽ nhất trong tâm nguyện của họ.

Đối với những hành giả phát tâm theo khuynh hướng thứ hai thì lòng bi mẫn, sự cảm thông sâu sắc với nỗi đau khổ của tất cả chúng sinh là động lực chính yếu thúc đẩy họ trên đường tu tập. Mọi pháp môn tu tập đều được xem như phương tiện để sử dụng vào mục đích cứu khổ cho chúng sinh. Do đó, môi trường tu tập của những hành giả này chính là những phiền não, khổ đau của chúng sinh, bởi vì chính những nhân tố này sẽ luôn nuôi dưỡng động lực tu tập của hành giả. Với tâm đại từ bi, hành giả luôn hướng về mục đích cứu khổ ban vui cho tất cả chúng sinh hơn là nghĩ đến sự giải thoát của chính bản thân mình.

Sự phát tâm khác nhau sẽ có ảnh hưởng đến tiến trình tu tập và tạo thành những khuynh hướng tu tập cũng có phần khác biệt nhau. Những khác biệt này có thể xem như "đại đồng tiểu dị", bởi về căn bản tổng thể thì tất cả đều không đi ra ngoài những lời Phật dạy, nhưng về sự hành trì đi vào chi tiết thì sẽ có những thay đổi khác biệt tùy theo khuynh hướng phát tâm của hành giả. Vì thế, nếu lưu ý đến sự khác biệt giữa hai khuynh hướng phát tâm như vừa trình bày trên, chúng ta sẽ có thể lý giải được phần nào những khác biệt trong sự phát triển về sau của các tông phái trong đạo Phật.

Sự phát tâm tu tập theo khuynh hướng thứ nhất thường đưa đến kết quả trước tiên là *ly gia cát ái*, nghĩa là quyết định sống đời xuất gia, cắt đứt mọi quan hệ thế tục. Hành giả quyết tâm đạt được giải thoát, chấm dứt khổ đau, nên dành trọn thời gian và tâm lực cho việc hành trì các pháp môn Phật dạy. Tăng đoàn vào thời đức Phật trong những năm đầu tiên sau khi ngài thành đạo bao gồm hầu hết là những vị có quyết tâm tu tập như thế. Họ sống cuộc sống không nhà, ngủ dưới gốc cây, mỗi ngày ôm bình bát đi khất thực trong xóm nhà chỉ một lần duy nhất để nuôi sống và dành trọn thời gian còn lại trong ngày ở những nơi tịch tĩnh, thích hợp cho sự tu tập hành trì.

Về sau, để tránh sự giẫm đạp côn trùng khi chư tăng đi khất thực trong mùa mưa, nên đức Phật đã chế định việc an cư trong ba tháng mùa mưa, nghĩa là chư tăng tập trung ở yên một nơi trong suốt ba tháng đó. Việc ẩm thực cũng như mọi nhu cầu thiết yếu cho sinh hoạt của chư tăng sẽ do một hoặc nhiều thí chủ phát tâm cúng dường chu cấp. Tuy nhiên, sau ba tháng an cư thì chư tăng lại tiếp tục cuộc sống khất thực hằng ngày và du hóa khắp nơi thay vì định cư ở một nơi nhất định. Nề nếp tu tập như thế được hình thành và duy trì trong suốt thời đức Phật tại thế cũng như nhiều thế kỷ sau khi ngài nhập diệt.

Ngày nay khi đọc Kinh tạng Nikaya,[1] chúng ta dễ dàng

---

[1] Kinh tạng Nikaya cũng được gọi là Kinh điển Nam truyền, được chuyển dịch từ kinh văn tiếng Pali (Nam Phạn). Thuật ngữ này được dùng để phân biệt với Kinh điển Bắc truyền, được chuyển dịch từ kinh văn tiếng Sanskrit (Bắc Phạn).

nhận ra trong đó bàng bạc những lời dạy cho các vị tỳ-kheo tu tập theo khuynh hướng này. Cho dù ý nghĩa tốt đẹp và cao quý trong những lời dạy này vẫn có thể được vận dụng cho nhiều đối tượng, nhưng bối cảnh ra đời và đối tượng hướng đến của kinh văn đa phần chính là các vị tỳ-kheo trong tăng đoàn thời ấy, hoặc những sự kiện xảy ra và liên quan đến sự tu tập của các vị. Với sự bảo lưu khá toàn vẹn của kinh văn Pali, chúng ta không khó để nhận ra đặc điểm nổi bật này.

Điều này cho chúng ta một nhận xét là trong thời gian sau khi đức Phật thành đạo và truyền bá Chánh pháp khắp nơi, khuynh hướng phát tâm thứ nhất như vừa mô tả trên đã chiếm ưu thế gần như tuyệt đối, với một tăng đoàn đông đảo và tuyệt đại đa số quần chúng đặt lòng kính tín nơi tăng đoàn đó. Thậm chí nhiều thế kỷ sau khi đức Phật nhập diệt, khuynh hướng tu tập này vẫn chiếm đa số, và điều đó thể hiện rõ nét qua nội dung các lần kết tập Kinh điển với Ngũ bộ kinh: Trường bộ, Trung bộ, Tăng chi bộ, Tương ưng bộ và Tiểu bộ.

Một đặc điểm nổi bật của khuynh hướng tu tập này là quan điểm cho rằng việc xuất gia sống đời tu sĩ là điều kiện tiên quyết để có thể tu tập đạt đến giải thoát. Hay nói cách khác, theo quan điểm này thì hàng cư sĩ tại gia chỉ có thể cúng dường chư tăng, ủng hộ Tam bảo, tu tập Mười pháp lành để có được phước báo tái sinh vào hai cõi trời, người và có được một đời sống tốt đẹp, sung túc. Họ không thể tu tập hướng đến các quả vị giải thoát. Muốn tu tập cầu giải thoát

---

Tại Việt Nam, Kinh điển Nam truyền được Hòa thượng Thích Minh Châu và một số vị khác chuyển dịch sang tiếng Việt. Kinh điển Bắc truyền thì chủ yếu được tiếp thu gián tiếp thông qua các bản dịch từ tiếng Sanskrit sang Hán ngữ, được gọi chung là Hán tạng. Hán tạng đã và đang được chuyển dịch sang tiếng Việt bởi rất nhiều dịch giả khác nhau. Độc giả có thể xem và tải các bản kinh trong Việt tạng hoàn toàn miễn phí tại website: https://rongmotamhon.net/

thì trước hết phải lìa bỏ đời sống thế tục, trở thành một vị tu sĩ không nhà, chỉ sống bằng pháp khất thực và dành trọn thời gian cho việc tu tập hành trì. Quan điểm này đến nay vẫn còn tồn tại trong một số người tu tập theo Phật giáo Nam truyền, cho dù nếp sống khất thực không nhà và ăn ngày một bữa như thời đức Phật hầu như không còn nữa. Với những người theo quan điểm này thì ngày nay cho dù sống trong những tự viện kiên cố với mọi tiện nghi không khác người cư sĩ, nhưng người xuất gia vẫn có những điều kiện để có thể tu tập đạt đến giải thoát mà người cư sĩ không thể có được, chẳng hạn như sự dứt bỏ hoàn toàn ái dục.

Khuynh hướng phát tâm thứ hai dường như chỉ được ghi nhận rõ nét vào thế kỷ thứ nhất trước Công nguyên, nghĩa là khoảng 500 năm sau khi đức Phật nhập diệt. Tuy nhiên, sự xuất hiện của Đại chúng bộ (Mahāsānghika) với quan điểm khác biệt so với Thượng tọa bộ (Sthavirāvāda) được ghi nhận chỉ khoảng 140 năm sau Phật nhập diệt có thể xem là một trong những biểu hiện rất sớm của khuynh hướng này, với sự quan tâm nhiều hơn đến sự tu tập của hàng cư sĩ tại gia.[1]

Như đã nói, khuynh hướng phát tâm thứ hai chú trọng nhiều hơn đến việc làm vơi đi nỗi khổ của tha nhân. Hành giả cảm nhận sâu sắc những nỗi khổ đau của tự thân mình trong đời sống luân hồi và thông qua đó có sự đồng cảm sâu xa với những khổ đau của người khác, hay nói rộng ra là tất cả chúng sinh. Xuất phát từ tâm niệm này, hành giả phát nguyện tu tập tinh tấn để có thể đạt đến quả Phật, nhưng không chỉ vì sự giải thoát cho riêng mình, mà trước hết và trên hết là để có được năng lực cứu khổ cho tất cả chúng sinh. Thuật ngữ đạo Phật gọi sự phát tâm như thế là phát tâm Bồ-đề.

Động lực tu tập của hành giả trong trường hợp này chính

---

[1] Lược sử Phật giáo của Edward Conze, Nguyễn Minh Tiến Việt dịch và chú giải - NXB Tổng hợp TPHCM, 2005, trang 72.

là lòng bi mẫn đối với mọi chúng sinh khổ đau, và do đó hành giả chấp nhận mọi điều kiện tu tập miễn sao có thể làm lợi lạc cho chúng sinh, có thể giúp làm giảm nhẹ mọi khổ đau cho người khác. Khuynh hướng tu tập này chủ trương vận dụng những lời dạy của đức Phật vào ngay trong đời sống thế tục chứ không chỉ riêng trong môi trường xuất gia. Và như vậy, khi đức Phật dạy rằng: *"Giáo pháp của ta chỉ có một vị chung là vị giải thoát"* thì người cư sĩ cũng hoàn toàn có khả năng được nếm trải *"vị giải thoát"* trong lời Phật dạy, miễn là họ có sự quyết tâm hành trì.

Theo khuynh hướng này, phạm trù ý nghĩa của sự *"giải thoát"* được mở rộng thành nhiều tầng bậc chứ không chỉ riêng việc chứng đắc các thánh quả từ Tu-đà-hoàn đến A-la-hán[1] mới được xem là giải thoát. Theo sự mở rộng ý nghĩa này thì bất kỳ một sự giảm nhẹ khổ đau nào nhờ vào việc tu tập Phật pháp cũng đều được xem là một biểu hiện của giải thoát, nhưng chỉ có quả vị Phật mới được xem là cảnh giới giải thoát hoàn toàn, rốt ráo và viên mãn. Vì thế, hành giả khi bước chân lên con đường tu tập đã xác định cho mình mục tiêu cuối cùng là quả vị Phật, nhưng trong suốt tiến trình tu tập hướng đến quả vị Phật thì hành giả vẫn luôn được nếm trải mùi vị của giải thoát ở những mức độ khác nhau, nhờ vào những nỗ lực chế ngự, dứt trừ các tâm hành phiền não đưa đến sự giảm nhẹ khổ đau cho bản thân và người khác.

Giáo lý Duyên khởi được các hành giả theo khuynh hướng này vận dụng vào sự tu tập ngay trong đời sống thường ngày, vì thông qua đó họ thấy rõ được là không thể có hạnh phúc riêng lẻ cho từng cá nhân nếu như mọi chúng sinh vẫn còn chìm trong đau khổ. Mối tương quan giữa cá nhân và toàn thể được quán chiếu ở mức độ sâu sắc giúp hành giả thấy

---

[1] Theo Kinh điển Nam truyền thì hành giả tu tập theo Phật pháp sẽ chứng đắc lần lượt 4 Thánh quả là Tu-đà-hoàn, Tư-đà-hàm, A-na-hàm và A-la-hán. A-la-hán là Thánh quả cao nhất, dứt trừ hoàn toàn mọi lậu hoặc, nghiệp chướng và đạt đến cảnh giới vô sinh, thoát khỏi vòng sinh tử luân hồi.

được rằng chỉ có thể đạt được hạnh phúc chân thật và bền lâu thông qua việc cứu khổ ban vui cho mọi chúng sinh khác. Ở mức độ thường nhật, hành giả cảm nhận được những niềm vui chân thật khi có thể chân thành giúp đỡ, phụng sự người khác mà không kèm theo bất kỳ điều kiện đòi hỏi nào. Hơn thế nữa, tâm nguyện vị tha thường giúp hành giả dễ dàng cảm thấy sẵn lòng chấp nhận mọi hoàn cảnh xảy đến cho mình, bởi họ quan tâm nhiều hơn đến những khổ đau và thiếu thốn của người khác thay vì chỉ quan tâm riêng đến những bất toàn hay khiếm khuyết của bản thân.

Khuynh hướng phát tâm thứ hai này được mô tả trong nhiều kinh điển Đại thừa, chẳng hạn như hình tượng Bồ Tát Quán Thế Âm trong kinh Pháp Hoa (phẩm Phổ Môn), hoặc Bồ Tát Địa Tạng trong kinh Địa Tạng... Các vị Bồ Tát này có tâm lực đại từ đại bi, luôn nỗ lực không mệt mỏi và không ngừng nghỉ trong việc cứu khổ cứu nạn cho tất cả chúng sinh, không phân biệt giống loài. Bồ Tát Địa Tạng còn có đại nguyện chấp nhận vào tận cảnh giới địa ngục để cứu vớt những chúng sinh khổ đau trong đó.

Một số người có thể hoài nghi về tính xác thực của các vị Bồ Tát trong kinh điển Đại thừa như những con người thật, nhưng về những phẩm tính và công hạnh của các ngài thì thật ra chúng ta có thể dễ dàng nhận thấy ngay trong cuộc sống hằng ngày. Sau một trận bão lụt, hàng ngàn người không quen biết nhau vẫn sẵn lòng chia sẻ vật chất với các nạn nhân mà không hề nghĩ đến bất kỳ một sự đền đáp nào, đó chẳng phải là phẩm tính cứu khổ của Bồ Tát Quán Thế Âm đó sao? Gặp một tai nạn trên đường phố, không ít người trong chúng ta sẽ sẵn lòng đưa người bị nạn đi cấp cứu, đó chẳng phải là tâm nguyện cứu khổ luôn sẵn có trong mỗi người đó sao? Và rất nhiều hành vi cao thượng khác mà chúng ta vẫn thường gặp trong đời sống, mỗi mỗi đều cho thấy rằng phẩm tính hiền thiện, vị tha vốn luôn là hạt giống tốt đẹp sẵn có nơi mỗi con người, thậm chí là ở mỗi chúng sinh, chỉ có điều là chúng ta có khơi dậy và nuôi dưỡng được những hạt giống quý báu đó hay không mà thôi.

Những người phát tâm và tu tập theo khuynh hướng thứ nhất hình thành các tông phái mà từ nhiều thế kỷ trước đây vẫn được gọi là Tiểu thừa. Trong khi đó, những người phát tâm và tu tập theo khuynh hướng thứ hai thì hình thành các tông phái được gọi là Đại thừa. Từ khởi thủy, các tên gọi này hoàn toàn không có ý phân biệt cao thấp hay tốt xấu như nhiều người vẫn thường hiểu sai. Thậm chí có người cho rằng danh xưng Tiểu thừa hàm ý hạ liệt, thấp hèn. Những diễn giải như vậy là hoàn toàn chủ quan và sai lệch với tâm ý của người xưa khi sử dụng các danh xưng này. Danh xưng Tiểu thừa vẫn chính thức tồn tại cho đến gần đây, chẳng hạn như năm 1969 Hòa thượng Thích Quảng Độ cho xuất bản một dịch phẩm mang tên *"Tiểu thừa Phật giáo tư tưởng luận"*. Chắc chắn khi sử dụng tên gọi này, Hòa thượng không hề có hàm ý chê bai Phật giáo Tiểu thừa là hạ liệt hay thấp hèn như những diễn giải vừa nêu trên.

Chữ "thừa" (乘) trong các danh xưng Đại thừa (大乘) và Tiểu thừa (小乘) được Hán dịch từ Phạn ngữ *yāna* trong các từ Mahāyāna và Hīnayāna. Các nhà Hán dịch đã dùng chữ thừa (乘) để chuyển tải hai ý nghĩa: một là phương tiện tu tập (để giải thoát bản thân) và hai là phương tiện cứu độ (để giải thoát cho người khác). Đây là hai ý nghĩa vốn không thể tách rời nhau. Hành giả nếu không tự giải thoát được bản thân thì không thể có khả năng giải thoát cho người khác. Cách chuyển dịch này đã nói lên được ý nghĩa cũng như sự khác biệt và tương đồng giữa hai khuynh hướng phát tâm tu tập mà chúng ta vừa đề cập. Bởi vì cho dù là Đại thừa hay Tiểu thừa thì sự tu tập của hành giả Phật giáo vẫn phải luôn bao gồm hai yếu tố: giải thoát chính mình và giải thoát cho mọi chúng sinh khác.

Khi hành giả phát tâm theo khuynh hướng thứ nhất, *trọng tâm tu tập được nhấn mạnh vào sự giải thoát chính mình khỏi mọi khổ đau*, chấm dứt vòng sinh tử luân hồi, bằng cách đạt đến quả vị A-la-hán, chấm dứt được mọi nghiệp lực và không còn phải thọ thân tái sinh. Mặc dù vậy, trong tiến trình tu tập Bát chánh đạo, hành giả tất nhiên sẽ nuôi dưỡng tâm từ bi và thực hành mọi việc lành làm lợi lạc cho chúng sinh. Do đó mà sự tu tập của hành giả vẫn có ý nghĩa cứu độ chúng sinh, nhưng trong trường hợp này không được nhấn mạnh bằng mục tiêu tự giải thoát. Sự phát tâm và tu tập như vậy được gọi là Tiểu thừa không hề hàm ý chê bai hay xem nhẹ, mà chỉ nói lên ý nghĩa là hành giả dốc lòng tìm đến sự giải thoát khổ đau trước khi nghĩ đến việc cứu độ chúng sinh, giống như một chiếc xe nhỏ có công năng chính là đưa người lái xe nhanh chóng về đích, nhưng việc chở thêm nhiều người khác ắt phải có phần hạn chế.

Khi hành giả phát tâm theo khuynh hướng thứ hai, *trọng tâm tu tập được nhấn mạnh vào mục đích cứu khổ, làm giảm nhẹ khổ đau cho người khác*. Hành giả hướng đến mục tiêu thành tựu quả Phật nhưng xem đó như một phương tiện tất yếu để có thể có được khả năng cứu độ chúng sinh, thay vì xem đó như con đường giải thoát tự thân. Có thể mô tả một cách hình tượng về hành giả phát tâm tu tập theo khuynh hướng này giống như người tài xế xe buýt, với mục đích chính là đưa nhiều hành khách về bến chứ không phải chỉ riêng bản thân mình. Trong một thành phố đông đúc dân cư, thời gian đến đích của xe buýt có thể chậm hơn nhiều so với người đi xe gắn máy, nhưng số người được đưa về đích là rất nhiều.

Hãy lấy một ví dụ, nếu trong nhà chúng ta có đủ cả xe gắn máy và xe hơi, thì mỗi khi cần đi đâu đó, trước hết ta phải chọn lựa tùy theo nhu cầu của chuyến đi. Nếu cần nhanh chóng đi đến sở làm để giải quyết công việc và chỉ đi một mình, chắc chắn ta sẽ chọn dùng xe gắn máy. Nhưng nếu cần đưa cả gia đình đi thăm viếng họ hàng chẳng hạn, tất nhiên ta buộc phải sử dụng xe hơi. Việc sử dụng xe hơi hay xe gắn máy rõ ràng không có ý nghĩa hơn kém nhau, chỉ tùy theo mục đích của chuyến đi mà thôi.

Cũng vậy, ta không thể nói rằng việc tu tập theo Tiểu thừa là kém hơn Đại thừa hay ngược lại, mà đó chỉ là những sự lựa chọn tùy theo khuynh hướng phát tâm của hành giả mà thôi. Cả hai khuynh hướng tu tập đều giúp ta đạt đến sự giải thoát khổ đau, cũng giống như cả xe hơi và xe gắn máy đều có thể giúp ta đi đến đích. Mỗi chúng ta đều sẵn có khả năng chọn lựa tu tập theo khuynh hướng nào thích hợp nhất với mình, và điều đó hoàn toàn không có nghĩa rằng điều ta không chọn lựa sẽ là kém hơn. Trong hàng ngàn năm qua, các tông phái Tiểu thừa cũng như Đại thừa đều đã có những đóng góp lớn lao trong việc làm giảm nhẹ khổ đau cho nhân loại, và đó chính là lý do tồn tại của những tông phái này. Dù đứng từ góc nhìn Tiểu thừa để phê phán Đại thừa hay ngược lại cũng đều là những sai lầm hết sức đáng buồn, bởi tất cả những sự phê phán như thế đều là xuất phát từ một cách nhìn hẹp hòi, nông cạn và không nhận hiểu đúng những lời Phật dạy.

Như đã nói, các danh xưng Tiểu thừa hay Đại thừa đều được người đi trước sử dụng để chuyển tải hai ý chính: thứ nhất là phương tiện tu tập và thứ hai là phương tiện cứu độ. Sự nhấn mạnh vào mục đích tu tập hay cứu độ chính là điểm tạo nên khác biệt, nhưng dù nhấn mạnh vào mục đích nào thì một hành giả Phật giáo vẫn phải bao gồm trong sự tu tập của mình đủ cả hai mục đích tự giác và giác tha. Vì thế, sẽ hết sức sai lầm nếu cho rằng Phật giáo Tiểu thừa chỉ cầu giải thoát cho riêng mình, và cũng sai lầm không kém nếu một hành giả tu tập theo Đại thừa muốn cứu độ người khác nhưng lại không tự mình tinh tấn cầu giải thoát.

Việc nhận hiểu sai lầm về ý nghĩa các danh xưng Tiểu thừa và Đại thừa đã khiến cho không ít người có nhận thức sai lệch cả về khuynh hướng tu tập của các tông phái khác nhau trong Phật giáo. Gần đây, người ta có khuynh hướng chuyển sang dùng danh xưng Phật giáo Nguyên thủy để thay cho Phật giáo Tiểu thừa, chỉ vì cho rằng hai chữ Tiểu thừa có hàm ý thấp kém, hạ liệt. Lại có người công khai bài bác Phật giáo Đại thừa và gọi đó là *"Phật giáo Tổ sư"* hay *"Phật giáo Pháp môn"*. Tất cả những ý niệm sai lầm này đều xuất phát từ nhận thức sai lệch về các danh xưng cũng như cách hiểu hạn chế và phiến diện về các pháp môn trong Phật giáo. Cho dù danh xưng tự nó không thể làm thay đổi bản chất thực sự của mọi hiện tượng, nhưng chính cách chọn lựa danh xưng đã cho thấy một sự xa rời nguồn chân lẽ thật.

Cách ứng xử đúng đắn nhất của người Phật tử trong trường hợp này là hãy tự mình trải nghiệm và xác tín con đường tu tập mà bản thân mình thấy là thích hợp, và tuyệt đối không bao giờ công kích, bài bác sự chọn lựa tu tập của người khác. Nếu tự mình có thể thấu suốt được nguồn chân lẽ thật qua kinh nghiệm tu tập, chúng ta sẽ thể nghiệm được một cách sâu sắc lời dạy của đức Phật: *"Tất cả các pháp đều là pháp Phật."*

MỤC LỤC

Lời nói đầu 5
Đời là bể khổ 15
Đi tìm nghĩa Không 31
Thường và vô thường 63
Ta là ai? 71
Tri thức và trực nhận 81
Niềm tin vào Kinh điển 87
   1. Những nghi ngại về nguồn gốc Kinh điển 87
      a. Trường hợp văn bản có tính xác thực cao 90
      b. Những văn bản không có tính xác thực cao ... 91
   2. Những mối nghi khi đọc Kinh điển 99
      a. Khởi nghi vì những từ ngữ khó hiểu 103
      b. Khởi nghi vì những ý nghĩa uyên áo 106
Nguồn chân lẽ thật 109

Lời thưa

Trong kinh Pháp Cú, đức Phật dạy rằng: "Pháp thí thắng mọi thí." Thực hành Pháp thí là chia sẻ, truyền rộng lời Phật dạy đến với mọi người. Mỗi người Phật tử đều có thể tùy theo khả năng để thực hành Pháp thí bằng những cách thức như sau:

1. Cố gắng học hiểu và thực hành những lời Phật dạy. Tự mình học hiểu càng sâu rộng thì việc chia sẻ, bố thí Pháp càng có hiệu quả lớn lao hơn. Nên nhớ rằng **việc đọc sách còn quan trọng hơn cả việc mua sách**.

2. Phải trân quý kinh điển, sách vở in ấn lời Phật dạy. Khi có điều kiện thì mua, thỉnh về nhà để tự mình và người trong gia đình đều có điều kiện học hỏi làm theo. Không nên giữ làm của riêng mà phải sẵn lòng chia sẻ, truyền rộng, khuyến khích nhiều người khác cùng đọc và học theo. Không nên để kinh sách nằm yên đóng bụi trên kệ sách, vì **kinh sách không có người đọc thì không thể mang lại lợi ích**.

3. Tùy theo khả năng mà đóng góp tài vật, công sức để hỗ trợ cho những người làm công việc biên soạn, dịch thuật, in ấn, lưu hành kinh sách, **để ngày càng có thêm nhiều kinh sách quý được in ấn, lưu hành**.

Thông thường, việc chi tiêu một số tiền nhỏ không thể mang lại lợi ích lớn, nhưng nếu sử dụng vào việc giúp lưu hành kinh sách thì lợi ích sẽ lớn lao không thể suy lường. Đó là vì đã giúp cho nhiều người có thể hiểu và làm theo lời Phật dạy. Mong sao quý Phật tử khắp nơi đều lưu tâm đóng góp sức mình vào những việc như trên.

TINH YẾU THỰC HÀNH PHÁP THÍ

- Mua thỉnh kinh sách về đọc, tự mình sẽ được rất nhiều lợi ích.

- Chia sẻ, truyền rộng bằng cách cho mượn, biếu tặng kinh sách đến nhiều người thì lợi ích ấy càng tăng thêm gấp nhiều lần.

- Đóng góp công sức, tài vật để hỗ trợ công việc biên soạn, dịch thuật, giảng giải, in ấn, lưu hành kinh sách thì công đức lớn lao không thể suy lường, vì có vô số người sẽ được lợi ích từ việc lưu hành kinh sách.